ജിനു വർഗ്ഗീസ്

1988 മെയ് 3ന് മലപ്പുറം ജില്ലയിലെ ഉതിരകുളം ഗ്രാമത്തിൽ ജനിച്ചു. അധ്യാപകൻ, ബി.പി.ഒ ജീവനക്കാരൻ, സ്റ്റാഫ് നഴ്സ് എന്നീ മേഖലകളിൽ സേവനമനുഷ്ഠിച്ചിട്ടുണ്ട്. ഇന്ത്യൻ നഴ്സസ് അസോസിയേഷന്റെ തുടക്കത്തിൽ ദേശീയ സെക്രട്ടറിയായും പ്രവർത്തിച്ചു. ബ്ലോഗുകളിലൂടെയാണ് ആദ്യകാലരചനകൾ പ്രസിദ്ധീകരിച്ചിരുന്നത്. 'തെളിവുകൾ' ആദ്യ നോവൽ.

വിലാസം : ജിനു വർഗീസ്,
തെക്കേതിൽ ഹൗസ്,
ഉപ്പട പി.ഒ.,
മലപ്പുറം - 679354

ഫോൺ : 9895881058

ഇമെയിൽ : jinuthekkethil@gmail.com

Malayalam Language
Thelivukal
(Crime Novel)
by
Jinu Varghese
♦
Published in April 2023
by Kairali Books Private Limited
Thalikkavu Road, Kannur.
Ph : 0497-2761200
Email : kairalibooksknr@gmail.com
♦
Cover Design
Prasanth Mangad
♦
Printed at
Manipal Technologies Ltd.

Price ₹ : 190.00
07/23-24/Sl.No.1433/300/NS 18.6
ISBN 978-93-93397-57-7

തെളിവുകൾ

ജിനു വർഗീസ്

കൈരളി ബുക്സ്

ആമുഖം

നമ്മുടെയൊക്കെ മനസ് വളരെ സങ്കീർണമായതാണ്. നമ്മൾ അറിഞ്ഞും അറിയാതെയും പല ഭാവനകൾ, ചിന്തകൾ, വികാരങ്ങൾ എല്ലാം നമ്മുടെ മനസ്സിൽ ഒഴുകിയെത്താറുണ്ട്. അവയിൽ ചിലതു സുന്ദരവും മറ്റു ചിലതു ദുർബലവും പേടിപ്പെടുത്തുന്നതുമായിരിക്കാം. സുന്ദരമായ കാര്യങ്ങൾ മറ്റുള്ളവരുമായി പങ്കുവെക്കാൻ ഇഷ്ടപെടുന്നവരാണ് നമ്മളിൽ ബഹു ഭൂരിപക്ഷവും.

മനസിന്റെ ഈ സങ്കീർണ്ണതയാണ് എന്നെ ഒരു എഴുത്തുകാരൻ ആക്കാൻ പ്രേരിപ്പിക്കുന്നത്. എപ്പോഴും എന്നോട് സംസാരിക്കുന്ന എന്റെ മനസ്, ഞാൻ എന്റെ അകക്കണ്ണിൽ കാണുന്ന കാര്യങ്ങളെ മറ്റുള്ളവരോട് വിളിച്ചു പറയാൻ കാണിച്ചു തന്ന ഒരു ഉപാധിയാണ് എന്റെ എഴുത്തുകൾ. ഞാൻ കണ്ടതും കേട്ടതുമായ കാര്യങ്ങളെല്ലാം വെച്ച് ഒരായിരം കഥകൾ എന്റെ മനസ് എന്നോട് പലപ്പോഴായി പറഞ്ഞു തന്നിട്ടുണ്ട്. ആ ഭാവനകളെ ഒരു സിനിമ കാണുന്ന ലാഘവത്തോടെ എത്ര രാത്രികളിൽ ഞാൻ ഉറക്കം കളഞ്ഞു ചിന്തിച്ചിരുന്നിട്ടുണ്ട്. ഉറക്കം കഴിഞ്ഞു എഴുന്നേൽക്കുമ്പോൾ അവയിൽ ഒട്ടുമിക്ക കഥകളും മറന്നു പോയിട്ടുണ്ടായിരിക്കും. പക്ഷെ മനസ് പറഞ്ഞ തന്ന കഥകളുടെ നൊമ്പരവും, സ്നേഹവും, ഭയവും എല്ലാം എന്നെ അപ്പോഴും വിട്ടു പോയിട്ടുണ്ടാകില്ല. അപ്പോൾ ഓർക്കും കിനാവിൽ കണ്ടതും മനസ് പറഞ്ഞതുമായ വാക്കുകളെ ഒന്ന് എഴുതി വെക്കാൻ കഴിഞ്ഞിരുന്നെങ്കിൽ?

നഴ്സിംഗ് പഠിക്കുന്ന കാലത്താണ് ഞാൻ ആദ്യമായൊരു കവിത എഴുതിയത്. എന്റെ മുൻപിൽ കത്തിക്കൊണ്ടിരുന്ന ഒരു മെഴുകുതിരിയെ നോക്കികൊണ്ട് പെട്ടന്നെഴുതിയ ആ ചെറിയ കവിത 'വിളക്കു തീ' എന്ന പേരിൽ എന്റെ ഡയറിയിൽ കയറിയിരിപ്പായി. മറ്റുള്ളവരെക്കാണിക്കാൻ ഉള്ള ആത്മവിശ്വാസം ഇല്ലാത്തതിനാൽ അതിനെപ്പറ്റി ആരോടും ഞാൻ ഒന്നും പറഞ്ഞില്ല. എന്നോടൊപ്പം മണ്ണടിയേണ്ടുന്ന ഒരു രഹസ്യമായി ആ കവിത എന്റെ ഡയറിയിൽ വളരെ ദിവസം ആരും കാണാതെ ഇരുന്നു. എന്റെ സഹപാഠിയായിരുന്ന ഹാഷിം എങ്ങനെയോ എന്റെ ഡയറിയിലെ ആ കവിത കണ്ടു പിടിച്ചു. അവൻ ആ കവിത ഞങ്ങളുടെ മറ്റുള്ള കൂട്ടുകാരുടെ എല്ലാവരുടെയും മുൻപിൽ വെച്ച് ഉറക്കെ വായിച്ചു. അങ്ങനെ ആരും അറിയാതെ ഞാൻ സൂക്ഷിച്ചു വെച്ചിരുന്ന എന്റെ സൃഷ്ടി ആദ്യമായി രണ്ടുപേർ കേൾക്കുന്ന ആ ദിവസം ഇന്നും ഞാൻ ഓർ

ക്കുന്നുണ്ട് .അന്ന് ചിലർ അഭിനന്ദിച്ചപ്പോൾ മറ്റു ചിലരുടെ വീക്ഷണത്തിൽ കവിത പോരെന്നുള്ള അഭിപ്രായവും ഉണ്ടായി. അന്ന് ആ സദസിൽ ഞാൻ അനുഭവിച്ച മാനസിക സംഘർഷം ഇന്നും എനിക്ക് വ്യക്തമായി ഓർക്കാൻ കഴിയുന്നുണ്ട്.

കൂട്ടുകാരുടെ ചെറിയ നിരൂപണവും അഭിന്ദനവും കളിയാക്കലുകളും കഴിഞ്ഞുള്ള സമയത്തു ഹാഷിം അവന്റെ ക്യാമറ ഉള്ള മൊബൈൽ (അന്നത്തെ വിലകൂടിയ ഫോൺ) എടുത്തു എന്റെ കവിതയുടെ ഒരു ഫോട്ടോ എടുത്തു കൊണ്ട് പറഞ്ഞു. 'ഇത് ഞാൻ എന്തായാലും എടുത്തു വെക്കുകയാണ്, ചിലപ്പോൾ നാളെ നീ വലിയ എഴുത്തുകാരനാകുകയാണെങ്കിൽ എനിക്ക് മറ്റുള്ളവർക്ക് കാണിച്ചു കൊടുക്കാമല്ലോ ഇതായിരുന്നു നിന്റെ ആദ്യത്തെ എഴുത്തെന്ന്.'

അന്നത്തെ രാത്രിയിലെ ചിന്തയായിരുന്നു എനിക്ക് എഴുതാൻ കഴിയുമോ എന്നത്?. അവൻ പറഞ്ഞ പോലെ എനിക്ക് നല്ല എഴുത്തുകാരൻ ആകാൻ കഴിയുമോ?

ആ സമയങ്ങളിൽ ഫേസ്ബുക് പോലെയുള്ള സോഷ്യൽ മീഡിയയിൽ അനേകം പേര് എഴുന്നതു ഞാൻ ശ്രദ്ധിക്കാൻ തുടങ്ങി. അതിൽ പ്രചോദനം ഉൾക്കൊണ്ടു ഞാനും സ്വന്തമായി ഒരു ബ്ലോഗ് തുടങ്ങി. പിന്നീട് ഞാൻ എഴുതുന്ന എഴുത്തുകൾ ബ്ലോഗിലും സോഷ്യൽ മീഡിയകളിലും ഇടാൻ തുടങ്ങി.പിന്നീട് ഈ ബ്ലോഗെഴുത്ത് എന്റെ എഴുത്തിൽ വളരെ സഹായകരമായി മാറി. തുടക്കസമയത്ത് എന്റെ എഴുത്തുകളിൽ ഉണ്ടായിരുന്ന കല്ലുകടികൾ മാറാൻ ഇത് എന്നെ സഹായിച്ചു.

എഴുതണം എന്ന അതിയായ ആഗ്രഹം വന്നു തുടങ്ങിയപ്പോഴാണ് ഭാഷാപ്രാവീണ്യത്തിലുള്ള കുറവു സ്വയം മനസിലാക്കിത്തുടങ്ങിയത്. അങ്ങനെ ഇരിക്കുമ്പോൾ ആണ് 'പാത്തുമ്മയുടെ ആടിൽ' അബ്ദുൾ ഖാദർ ബഷീറിന്റെ എഴുത്തിനെ നിരൂപിച്ചു 'ഇതിലെ ആഖ്യാദം എവിടെ?' എന്നുള്ള ചോദ്യത്തിനുള്ള അദ്ദേഹത്തിന്റെ മറുപടിയും, പാത്തുമ്മയുടെ ആട് പെറ്റപ്പോൾ ബഷീർ വിവരിക്കുന്ന ശൈലിയുമെല്ലാം എന്നെ വീണ്ടും എഴുതാൻ പ്രചോദിപ്പിച്ചു.

ഞാൻ കണ്ട കിനാക്കളെ എഴുതാൻ ആഖ്യയും ആഖ്യാതവുമല്ല വേണ്ടതെന്നും മറിച്ച് ഹൃദയത്തെ പറിച്ചു വെക്കുകയാണ് ചെയ്യേണ്ടതെന്നും അതിൽ നിന്നെനിക്ക് മനസിലായി. ബെന്യാമിന്റെ 'ആട്ജീവിതം' തരുന്ന നോവ് ഭാഷയുടെ സൗന്ദര്യത്തിൽ നിന്നല്ല മറിച്ചു നുറുങ്ങുന്ന ഹൃദയ വേദനയുടെ അനുഭവങ്ങളിൽ നിന്നാണെന്നുമുള്ള തിരിച്ചറിവ് വളരെ ആശ്വാസകരമായിരുന്നു.

അങ്ങനെ സോഷ്യൽ മീഡിയയിൽ എഴുതുന്ന സമയത്തു ചിലർ എന്റെ നമ്പർ തേടി പിടിച്ചെന്നെ വിളിക്കുകയും മറ്റുചിലർ എഴുത്തു

കളെ അവർക്കു അനുഭവിക്കാൻ കഴിയുന്നുണ്ടെന്ന് എന്നെ അറിയിക്കുകയും ചെയ്തപ്പോളുണ്ടാക്കിയ സന്തോഷം എന്നെ വീണ്ടും വീണ്ടും എഴുതാൻ പ്രേരിപ്പിച്ചു കൊണ്ടിരുന്നു. അതിനിടയിൽ ഞാൻ എഴുതുന്നത് സ്ഥിരമായി വായിക്കുന്ന രണ്ടു മൂന്നുപേരെന്നോട് സാധാരണ ഗതിയിൽ ഒരിക്കൽ ചോദിച്ചു. 'നീ എഴുതുന്നത് ഞങ്ങൾക്ക് അനുഭവിക്കാൻ കഴിയുന്നുണ്ട്. എന്നാൽ എന്ത് കൊണ്ട് നിനക്ക് സിനിമക്ക് ഒരു കഥ എഴുതിക്കൂടാ?' ആ ചോദ്യം എന്റെ എഴുത്തിനൊരു പുതിയ മാനം തന്നു. പിന്നീടുള്ള ചിന്തകളെല്ലാം ഒരു നല്ല സിനിമയ്ക്കു വേണ്ടി എഴുതണം എന്നായി മാറി.

ഒരിക്കൽ ജെയിംസ് പാറ്റേഴ്സന്റെ 'Roses are Red' എന്ന നോവൽ വായിച്ചു കൊണ്ടിരിക്കുന്ന സമയത്തു അതിൽ ഉള്ള ഒരു ക്രൈം സീൻ എന്റെ മനസ്സിൽ വല്ലാതെ തറച്ചു. പിന്നീടുള്ള എന്റെ ചിന്തകളിൽ റോബറി, കൊലപാതകം, കുറ്റകൃത്യങ്ങൾ, ഒരാൾ ചെയ്യുന്ന കുറ്റകൃത്യങ്ങളുടെ പഴുതുകൾ അടക്കുന്ന രീതി, പോലീസ് അതിനെ അതിസമർഥമായി വെളിച്ചത്തു കൊണ്ടുവരുന്ന രീതികൾ എല്ലാം വന്നുകൂടി. പിന്നീട് ഈ ചിന്തകൾ എന്റെ രാത്രിയിലെ പല ഉറക്കങ്ങളെയുമില്ലാതാക്കി. പിന്നീട് ഈ ചിന്തകൾ എന്നെ കൊണ്ട് ക്രൈം ആധാരമാക്കി രണ്ടു സിനിമ സ്ക്രിപ്റ്റുകൾ എഴുതിപ്പിച്ചു. എന്നാൽ ജോലിയും ജീവിതത്തിരക്കുകളിലും പെട്ട് എനിക്ക് സിനിമാമോഹവുമായി മുൻപോട്ടുപോകാൻ സാധിക്കാത്ത സാഹചര്യം വന്നപ്പോൾ, എന്റെ ഒരു സ്ക്രിപ്റ്റ് ഞാൻ ചെറുതായൊന്നു അഴിച്ചു പണിതു ഒരു നോവൽ രൂപത്തിൽ ആക്കി പ്രസാധകർക്ക് അയച്ചു കൊടുത്തു. അങ്ങനെ വിജയകരമായ എന്റെ ആദ്യത്തെ ഉദ്യമം ആണ് 'തെളിവുകൾ' എന്ന ഈ നോവൽ.

സിനിമ ഇപ്പോഴും ഒരു മോഹമായി എന്റെ നെഞ്ചിലും ശ്വാസത്തിലും ഉണ്ട്. ഭാവിയിൽ ഈ കഥ തന്നെയോ (വേറൊരു ക്രൈം ത്രില്ലർ സ്ക്രിപ്റ്റ് കൂടി നോവൽ രൂപത്തിൽ ആക്കി വെച്ചിട്ടുണ്ട്) അല്ലെങ്കിൽ ഇതിലും മികച്ചതോ ആയ എഴുത്തുകൾ ഉണ്ടാകാൻ ഞാൻ ആഗ്രക്കുകയും ആത്മാർത്ഥമായി പരിശ്രമിക്കുകയും ചെയ്യും.

ഈ ബുക്ക് വായിക്കുകയും ഇതിലെ ചെറിയ തെറ്റുകളും കുറ്റങ്ങളും ചൂണ്ടികാണിച്ചു എന്നെ വളരാൻ പ്രേരിപ്പിക്കുകയും സഹായിക്കുകയും ചെയ്ത എല്ലാവർക്കും നന്ദി പറഞ്ഞു കൊണ്ട് ഞാൻ നിർത്തുന്നു.

സ്നേഹപൂർവ്വം

ജിനു വർഗീസ്

അദ്ധ്യായം 1

കേരളത്തിൽ അടുത്തമാസം തിരഞ്ഞെടുപ്പുവരാൻ ഇരിക്കുകയാണ്. രാഷ്ട്രീയ പാർട്ടികൾ അവരുടെ വിജയത്തിനുവേണ്ടി രാത്രി പകലാക്കി പ്രവർത്തിച്ചു കൊണ്ടിരിക്കുന്നു. എല്ലാവരുടെയും ലക്ഷ്യം അധികാരം. ബഡാ നേതാക്കൾ തൊട്ടു കൊച്ചു നേതാക്കൾ വരെ വീട്ടിൽ കയറിയിട്ട്, ദിവസങ്ങളും ആഴ്ചകളുമായി. വീട് നോക്കിയില്ലെങ്കിലും നാട് നോക്കാനുള്ള, വ്യഗ്രതയാണ് തെരഞ്ഞെടുപ്പ് കാലം.

എറണാകുളത്തു കേരളത്തിലെ പ്രമുഖമായ ഒരു പാർട്ടിയുടെ യൂത്ത് വിംഗ് സമ്മേളനം നടക്കുകയാണ്. വേദിയിൽ മുതിർന്ന നേതാക്കൾ മുതൽ ഇന്നലെ മുളച്ച പൊടി മീശ നേതാക്കന്മാർവരെ ഞെരുങ്ങി ഇരിക്കുന്നു.

സംഘടനയുടെ ജനറൽ സെക്രട്ടറിയാണ് ജോമോൻ. ജോമോന്റെ ഫോൺ ബെല്ലടിച്ചുകൊണ്ടിരുന്നു. പരിപാടിയുടെ തിരക്കിൽ അയാൾ ആ കോൾ കട്ട് ചെയ്തു.

സമ്മേളനം കഴിഞ്ഞു നേതാക്കന്മാരെ എല്ലാം പറഞ്ഞു വിട്ടു . കുറച്ചു സ്വസ്ഥം ആയപ്പോൾ അയാൾ ഫോൺ എടുത്തു നോക്കി. കുറെ മിസ്ഡ്കോളുകൾ കിടക്കുന്നു. അതിൽ രണ്ടുമൂന്നു കോളുകൾ ജോമോളുടേതാണ്. അവളെ തിരിച്ചു വിളിക്കാൻ അയാൾ ഡയൽ ചെയ്യുന്നതിന് മുൻപ് അവളുടെ കോൾ വീണ്ടും ജോമോന്റെ ഫോണിൽ മുഴങ്ങി. ജോമോൻ അവളുടെ ഫോൺ എടുത്തു. ജോമോൾ ഒരു പരിഹാസ രൂപേണ അവനോട് പറഞ്ഞു.

ജോമോൾ: എന്റെ പൊന്നു ചേട്ടായി, മന്ത്രിമാർക്ക് പോലും ഇത്ര തിരക്കുണ്ടാകില്ല .

ജോമോൻ: ഡി, പെണ്ണേ തിരഞ്ഞെടുപ്പ് ഒക്കെ അടുത്ത് വരികയല്ലേ.

ജോമോൾ ഒന്നും മിണ്ടാതെ നിന്നു. ജോമോളുടെ സൈലൻസ് മനസ്സിലാക്കിയ ജോമോൻ പറഞ്ഞു .

ജോമോൻ : (ചെറിയ തമാശ പോലെ പറയാൻ തുടങ്ങി)സോറി പെണ്ണേ,... ഇനി പറ, ഈ സഹോദരൻ നിന്നെ എങ്ങനെ സഹായിക്കണം എന്ന്?

ജോമോൾ വളരെ ഗൗരവമായി അവനോടു ചോദിച്ചു.

ജോമോൾ: ഡാ, ജോക്കുട്ടാ.... നിനക്ക് എന്റെ ഒപ്പം ബാംഗ്ലൂർ വരെ ഒന്ന് വരാൻ പറ്റുമോ?

ജോമോൻ: എന്താ ബാംഗ്ലൂരിൽ പരുപാടി ?

ജോമോൾ: ഒരു എക്സാം ഉണ്ട് . അത് കിട്ടിയാൽ പിന്നെ ഞാൻ UKക്കാരി ആണ്.

ജോമോൻ: അതിനെന്താടി ഞാൻ വരാല്ലോ.!

ജോമോൾ: ഒറപ്പാണോ.. എല്ലാ പ്രാവശ്യത്തെയും പോലെ ഈ തവണ അവസാന നിമിഷം കാലുവാരല്ലെ.

ജോമോൻ: ഞാൻ വരാന്നെ!.. നിനക്ക് വന്നു വന്നു എന്നെ അങ്ങ് തീരെ വിശ്വാസം ഇല്ലാണ്ടായിരിക്കുവാല്ലോ ?

ജോമോൾ: ഡാ ചേട്ടായി ചെറുക്കാ... നിന്റെ വാക്കു വെള്ളത്തിൽ വരച്ച വരപോലെ എന്നാണ് അമ്മച്ചി എപ്പോഴും പറയാറ്.

ജോമോൻ: അമ്മച്ചി അത് പറഞ്ഞില്ലെങ്കിലെ കഥയൊള്ളു.

ജോമോൾ: അത് പോട്ടെ, എനിക്ക് ഇന്റർവ്യൂ കിട്ടി UKയിൽ എത്തിയാൽ നിനക്ക് വേണമെങ്കിൽ ഇടക്ക് പൗണ്ട്സ് ഒക്കെ ഓസിക്ക് അയച്ചു തരാം.

ജോമോളുടെ ചിരിയും കളിയാക്കലും ജോമോന്റെ കാതുകളിൽ വ്യക്തമായി മുഴങ്ങികൊണ്ടിരിക്കുന്നുണ്ട് .

ജോമോൾ പൊതുവെ നല്ല ധൈര്യശാലിയാണ്. അവളുടെ കാര്യങ്ങൾ സ്വന്തമായി ചെയ്യാൻ ഉള്ള സാമർത്ഥ്യം വേണ്ടുവോളമുണ്ട് അവൾക്ക്. എല്ലായ്പ്പോഴും അവളുടെ മുഖത്തിൽ ഒരു ചിരി നിറഞ്ഞിരിക്കും. ആരെയും ആകർഷിക്കുന്ന ശ്രീത്വം അവളുടെ മുഖത്തുണ്ട്. ഒന്നിനെ കുറിച്ചും പേടിയും ആവലാതിയും ഇല്ലാത്ത ശാന്ത സ്വഭാവം. എന്നിരുന്നാലും ആവശ്യമുള്ളേടത്തു ഉരുളയ്ക്ക് ഉപ്പേരിപോലെ മറുപടി കൊടുക്കാനുള്ള ധൈര്യവുമുണ്ട്. അത് കൊണ്ട് തന്നെ അവളുടെ സംസാരവും പെരുമാറ്റവും എല്ലാവർക്കും ഇഷ്ടവുമാണ്. പക്ഷെ അന്ന് അവൾക്കൊപ്പം ബാംഗ്ലൂരിൽ പോകാൻ ജോമോൾ സഹോദരന്റെ കൂട്ട് ആവശ്യപ്പെട്ടു.

സഹോദരൻ ആണെങ്കിലും അവൾക്കു കഴിയുന്ന കാര്യങ്ങൾക്കു അവൾ ഇതുവരെ ജോമോനോട് സഹായം ചോദിച്ചിട്ടില്ല. അത് ജോമോന് നല്ലതു പോലെ അറിയാം. അവളുടെ ആവശ്യം മനസ്സിലാക്കി തന്നെയാണ് അവളോട് കൂടെ ചെല്ലാം എന്ന് വാക്ക് കൊടുത്തതും. പക്ഷെ അധികാരത്തിന്റെ അളവുകോൽ നിയന്ത്രിക്കുന്ന രാഷ്ട്രീയ മത്സരച്ചൂടിൽ

അവൻ അവൾക്കു കൊടുത്ത വാക്കുമറന്നു.

ഉച്ചകഴിഞ്ഞുള്ള സമയം. ആകാശം മൂടിക്കെട്ടാൻ തുടങ്ങിയിരിക്കുന്നു. സെൻറ് പീറ്റേഴ്സ് പള്ളിയുടെ സെമിത്തേരിയിൽ ജോമോൻ ഒരു കല്ലറക്കു മുൻപിൽ മുട്ട് കുത്തിരിക്കുകയാണ്. കുറ്റബോധം നിറഞ്ഞ ഏതോ ഓർമ്മകൾ അയാളെ വേട്ടയാടി കൊണ്ടിരിക്കുന്നത് ആ മുഖത്തുനിന്ന് വായിച്ചെടുക്കാം.

കല്ലറയുടെ മുകളിൽ പാതി വാടിക്കഴിഞ്ഞ പനിനീർ പുഷ്പങ്ങളുടെ ചിതറിയ ഇതളുകൾ കാണാം. ഇരുണ്ടു മൂടികൊണ്ടിരിക്കുന്ന ആകാശത്തിനു ഒപ്പം ചെറുതായി വീശിക്കൊണ്ടിരിക്കുന്ന കാറ്റിൽ ആ ഇതളുകൾ കല്ലറയുടെ മുകളിലൂടെ ചലിച്ചു കൊണ്ടിരുന്നു. സെമിത്തേരിക്ക് കുറച്ചു മാറിയുള്ള പള്ളി പാഴ്സനേജിൽ നിന്ന് ശോക ഭരിതമായ ഒരു ഭക്തിഗാനം നേർത്ത ശബ്ദത്തിൽ കേൾക്കാം. പാട്ടിന്റെ താളം ആ ശ്മശാന അന്തരീക്ഷത്തെ കൂടുതൽ ശോകമൂകമാക്കി.

ജോമോന്റെ കണ്ണുകളിൽ നിന്ന് കണ്ണുനീർ ഒഴുകി കൊണ്ടിരുന്നു. അതിന്റെ ചൂടുള്ള കണികകൾ താഴേക്ക് പതിച്ചു കൊണ്ടിരുന്നു. അയാളുടെ കണ്ണുനീർ വീണുകൊണ്ടിരുന്ന ആ മാർബിൾ കല്ലിൽ ഇങ്ങനെ എഴുതിയിരുന്നു.

ജോമോൾ പുത്തൻപുരക്കൽ

ജനനം 3/5/2000

മരണം 01/8/2020

ജോമോളുടെ ഒപ്പം അന്നു അയാൾ പോയിരുന്നെങ്കിൽ ഇന്ന് അവൾക്കു ഇങ്ങനെ ഒരു ഗതി വരില്ലായിരുന്നു എന്ന് അയാളുടെ ഹൃദയം വീണ്ടും വീണ്ടും മന്ത്രിച്ചുകൊണ്ടിരുന്നു. പ്രകൃതിയുടെ ആ ഇരുണ്ട കാലാവസ്ഥയിൽ തന്റെ ജീവിതത്തിൽ ഉണ്ടായ തീരാനഷ്ടത്തെക്കുറിച്ചു അയാൾ വളരെ ദുഖത്തോടെ ഓർക്കാൻ തുടങ്ങി.

അദ്ധ്യായം 2

തീയതി: 01/08/2020

സമയം ഉച്ചയ്ക്ക് ഏകദേശം രണ്ടു മണി. ജോമോന് പോലീസ് സ്റ്റേഷനിൽ നിന്ന് ഒരു കോൾ വന്നു.

ജോമോനോട് പെട്ടന്ന് പോലീസ് സ്റ്റേഷനിൽ വരാൻ പറഞ്ഞു കൊണ്ട് SI സഹദേവൻ വിളിച്ചതാണ്.

സഹദേവൻ: ജോമോൻ, ഒന്ന് സ്റ്റേഷൻ വരെ വരണം.

ജോമോൻ: സാർ എന്തെങ്കിലും വിവരം കിട്ടിയോ?

സഹദേവൻ: ജോമോൻ, ഒന്ന് ഇവിടം വരെ വരണം. എന്നിട്ട് ബാക്കി സംസാരിക്കാം.

അവൻ കുറച്ചു സമയത്തിനകം തന്റെ കൂട്ടുകാരൻ സാജനെയും കൂട്ടി സ്റ്റേഷനിൽ ചെന്നു. സ്റ്റേഷനിൽ എത്തുമ്പോൾ ജോമോന്റെ മനസ്സിൽ ചെറിയ ഭയവും ആശങ്കയുണ്ട്. സ്ഥലം എസ് ഐ സഹദേവൻ പതിവുപോലെ തിരക്കിലാണ്. പോലീസ് സ്റ്റേഷനിൽ എത്തിയ ജോമോനെ കണ്ടതും SI സഹദേവൻ പറഞ്ഞു.

ജോമോൻ, നമുക്ക് ഒരു സ്ഥലം വരെ പോകണം.

ജോമോൻ എസ് ഐ പറഞ്ഞതിന്റെ കാരണം മനസ്സിലാകാതെ ഒരു നിമിഷം നെറ്റിചുളിച്ചു നിന്നു. അതിനിടയിൽ ഒരു പോലീസ് ജീപ്പ് സ്റ്റാർട്ട് ചെയ്തു സ്റ്റേഷന് മുൻപിൽ ജോമോനെയും സഹദേവനെയും കാത്തു നിൽക്കുന്നത് അയാൾ ശ്രദ്ധിച്ചു.

സഹദേവൻ ജോമോനെയും കൂട്ടി വേഗത്തിൽ നടന്നു വന്നു ആ ജീപ്പിൽ വന്നു കയറി. നിമിഷങ്ങൾക്കകം ജോമോനെയും കൂട്ടി ആ പോലീസ് ജീപ്പ് നഗരത്തിലൂടെ വേഗത്തിൽ പാഞ്ഞു. എറണാകുളത്ത് നിന്ന് കോട്ടയം റൂട്ടിലേക്കാണ് വണ്ടി പോയ്ക്കൊണ്ടിരുന്നത്.

റോഡുകളെല്ലാം പതിവുപോലെ തിരക്കുനിറഞ്ഞതായിരുന്നു. പുറകിലിരുന്ന പോലീസുകാരൻ ഡ്രൈവർക്കു പോകേണ്ട ദിശ പറഞ്ഞു കൊടുക്കുന്നുണ്ട്. കുറച്ചു ദൂരം പിന്നിട്ടശേഷം ആ ജീപ്പ് ഒരു റയിൽവേ ട്രാക്ക് മുറിച്ചു കടന്ന് ഒരു ഒഴിഞ്ഞ സ്ഥലത്തേക്ക് മാറ്റി നിർത്തി.

ജീപ്പിന്റെ പുറകിൽ ഇരുന്ന ജോമോന് കണ്ണാടിയിലൂടെ മുന്നിൽ കുറച്ചകലെ തടിച്ചു കൂടിയ ഒരു ജനക്കൂട്ടത്തെ വ്യക്തമായി കാണാം. അയാള് ജീപ്പിൽനിന്നിറങ്ങി സഹദേവനൊപ്പം മുൻപോട്ടു നടന്നു നീങ്ങി. സാജനു ആ ചുറ്റുപാട് കണ്ടപ്പോൾ തന്നെ അങ്ങോട്ട് അടുക്കാൻ തോന്നിയില്ല. അയാള് ആ പോലീസ് ജീപ്പ് നിർത്തിയിട്ടതിന് അടുത്ത് മാറി നിന്നു.

മുൻപോട്ടു നടക്കുന്ന കൂട്ടത്തിൽ സഹദേവൻ പറഞ്ഞു.

ജോമോൻ... ഇന്ന് രാവിലെ കിട്ടിയ ഇൻഫർമേഷനാണ്. പക്ഷേ ഒരു ഉറപ്പില്ല. എന്നിരുന്നാലും ഒരു കൺഫർമേഷന് വേണ്ടിയാണ് ജോമോനെ ഇവിടം വരെ വിളിപ്പിച്ചത്.

ജോമോന് കാര്യങ്ങളൊന്നും അത്രക്ക് വ്യക്തമായില്ല.. അയാൾ പോലീസ്കാരോട് കൂടെ മുൻപോട്ടു നടന്നു.

അവർ മുൻപോട്ടു നടക്കുമ്പോൾ കോട്ടയം SI തോമസ് വർഗീസ് അവർക്ക് എതിരെ വന്നു. എന്നിട്ട് സഹദേവനോട്.

തോമസ്: സാർ, നിങ്ങള് കൂടി വന്നിട്ട് ബോഡി മാറ്റാൻ വെയ്റ്റ് ചെയ്യുകയായിരുന്നു.

സഹദേവൻ: താങ്ക്സ് തോമസ്. യഥാർത്ഥത്തിൽ എന്താണ് സംഭവിച്ചത് ?

തോമസ് : ഇന്ന് രാവിലെ ഒരു അനോണിമസ് കോൾ പോലീസ് സ്റ്റേഷനിൽ വന്നു. വിളിച്ച ആൾ വളരെ വേഗത്തിൽ ആണ് സംസാരിച്ചിരുന്നത്.

ഫോൺ :സാർ ...സാർ ....

(വിളിച്ച ആളുടെ ശബ്ദം ഇടറുന്നുണ്ടായിരുന്നു. അയാള് ഫോണിലൂടെ പറയുന്നു .)

റെയിൽവേ ട്രാക്കിന് സമീപത്ത് ഉള്ള കുളത്തിൽ ഒരു ശവശരീരം പൊങ്ങിക്കിടക്കുന്നു. പറ്റുമെങ്കിൽ സത്യം അന്വേഷിച്ചു കണ്ടെത്തുക, ഇനി എന്നെ പിന്തുടരരുത്. ഇത്രയും പറഞ്ഞു കോൾ കട്ട് ആയി.

തോമസ് : പിന്നെ നിങ്ങൾ അലേർട്ട് ചെയ്ത കേസുമായി എന്തേലും ബന്ധമുണ്ടോ എന്നൊരു തോന്നൽ. നിങ്ങൾ മിസ്സ് ആയി എന്ന് പറഞ്ഞ പെൺകുട്ടിയുടെ പ്രായവും, മിസ്സ് ആയി എന്ന് പറയപ്പെടുന്ന സമയവും മറ്റും വെച്ചും നോക്കിയപ്പോൾ ജസ്റ്റ് എ ട്രൈ....

അദ്ധ്യായം 3

ജോമോനും സഹദേവനും ആൾക്കൂട്ടത്തിനു അടുത്തേക്ക് നടന്നു നീങ്ങി. അയാളുടെ മുഖത്ത് വല്ലാത്ത ഭയവും ആശങ്കയുമുണ്ട്. അയാളുടെ മനസ്സിലേക്ക് ഭയത്തിന്റെ ഓരോ ചിന്തകൾ കയറി വരുന്നുണ്ട്.

അയാൾ മുൻപോട്ടു നീങ്ങുമ്പോൾ കാതുകളിൽ ജോമോൾ അവസാനമായി പറഞ്ഞ വാക്കുകൾ അലയടിച്ചുകൊണ്ടിരുന്നു.

ജോമോൾ: ചേട്ടായി , നിനക്ക് വരാൻ പറ്റില്ലേൽ നേരത്തെ പറയണമായിരുന്നു. എത്ര പ്രാവശ്യം ഞാൻ നിന്നോട് ചോദിച്ചതാ വരാൻ പറ്റുമോ, പറ്റുമോ എന്ന്.?

ഒരു നിമിഷം ജോമോൾ മിണ്ടാതെ ഇരുന്നു. എന്നിട്ട് കണ്ണ് നീർ തുട

ച്ചു കൊണ്ട് പറഞ്ഞു.

ഈ എക്സാം എനിക്ക് വളരെ ഇമ്പോർട്ടന്റ് ആണെന്ന് നിനക്കറിയാം. എന്നിട്ടും..... ആയിക്കോട്ടെ....നിനക്ക് നിന്റെ കൂട്ടുകാരും രാഷ്ട്രീയവും ഒക്കെ അല്ലേ വലുത്.... നീ വന്നില്ലേലും ഞാൻ ഇതിനു പോകും...എനിക്ക് പോയേ പറ്റൂ..

ജോമോൻ: പെണ്ണേ... സോറി..ഞാൻ ഇവിടെ ഇങ്ങനെ കുടുങ്ങി പോകും എന്ന് ഒരിക്കലും കരുതിയില്ല...നീ പിണങ്ങല്ലേ... പ്ലീസ്....

ജോമോൾ: നീ എന്തിനാ എനിക്ക് ഒരു ആങ്ങള ആയി ഉള്ളത്. നിന്നെ കൊണ്ട് എനിക്ക് ഒരു ഉപകാരവും ഇല്ലാലോ ചേട്ടായി. (ഒരു നിമിഷത്തെ മൗനത്തിനു ശേഷം) ഇത്രയും ദൂരം. സാരമില്ല, ഞാൻ പൊയ്ക്കൊള്ളാം, നീ വല്ലവന്റെയും കൊടിയും പിടിച്ചു രാജ്യത്തെ നന്നാക്ക്. അതും പറഞ്ഞു ജോമോൾ ഫോൺ കട്ടാക്കി.

അവളുടെ സംസാരത്തിൽ ദേഷ്യവും അമർഷവും ഉണ്ടായിരുന്നു.

ജോമോൻ ഓരോന്ന് ഓർത്തു കൊണ്ട് മുൻപോട്ടു നടന്നു നീങ്ങി. പോലീസ് തടിച്ചു കൂടിയ ജനത്തെ മാറ്റി അവർക്ക് മുൻപോട്ടുള്ള വഴി ഒരുക്കി കൊണ്ടിരുന്നു.

ആ നടത്തത്തിൽ അയാൾക്ക് അയാളുടെ ബലം എല്ലാം ചോർന്നു പോകുന്നത് പോലെ തോന്നി.

അദ്ധ്യായം 4

ജോമോൻ രാഷ്ട്രീയം തലക്കുപിടിച്ചു നടക്കുന്ന സമയമാണ്. ഇന്ന് പാർട്ടിയുടെ മണ്ഡലം മീറ്റിംഗ് ദിവസം ആണ്. പാർട്ടി പരിപാടിയിൽ ഇരുന്ന ജോമോന് അന്ന് തീരെ മനസ്സമാധാനം ഉണ്ടായിരുന്നില്ല. ജോമോൾ പറഞ്ഞ വാക്കുകൾ അയാളെ വല്ലാതെ അലോസരപ്പെടുത്തി. ജോമോൾ ചെറിയ പിണക്കത്തിലാണ് എന്ന് അയാൾക്കറിയാം. എന്നിരുന്നാലും തന്റെ കുഞ്ഞിപെങ്ങൾക്ക് കുറെ നേരം അയാളോട് പിണങ്ങി നില്ക്കാൻ കഴിയില്ല എന്ന ബോധ്യം അയാൾക്കുണ്ട്. ജോമോൻ മീറ്റിങ്ങിനു ഇടയിൽ നിന്നിറങ്ങി അവളെ വിളിച്ചു.

ജോമോൻ: ജോകുട്ടി, ചക്കരെ.. സോറി ടീ.. ഇനി ചേട്ടായി ഒരിക്കലും ഇങ്ങനെ ചെയ്യൂല. ഇത് അവസാനത്തേത്... പറ്റിപ്പോയി. നീ എന്നോട് ക്ഷമിക്ക്..

ജോമോൾ: ഉം.

ജോമോൻ: ഉം അല്ല...ക്ഷമിച്ചു എന്ന് പറ.?

ജോമോൾ: ഉം... ക്ഷമിച്ചു. (ചെറിയ കുറുമ്പൊടെ അവൾ പറഞ്ഞു)

ജോമോൻ: ടീ, ഞാൻ റോബിനോട് വിളിച്ചു പറഞ്ഞിട്ടുണ്ട്. അവൻ ഈ പ്രാവശ്യം നിന്റെ ഒപ്പം വരും. എനിക്ക് ജീവൻ ഉണ്ടേൽ ഇനി ഒരിക്കലും ഞാൻ നിന്നോട് എക്സ്ക്യൂസ് പറയില്ല. സത്യം.

ജോമോൾ ഒന്നും മിണ്ടിയില്ല. ചേട്ടായിയുടെ സത്യം ചെയ്യൽ കേട്ടിട്ട് ഒരു ചെറിയ പുഞ്ചിരി അവളുടെ ചുണ്ടിൽ വിരിഞ്ഞു. എന്നിട്ട് അവള് ചോദിച്ചു.

ജോമോൾ: നീയാണോ, എന്റെ ചേട്ടൻ, അതോ അവനോ? നിനക്ക് വല്ലാത്ത ഉത്തരവാദിത്വം ആണല്ലോ?

ജോമോൻ ഈ ഒരു പ്രാവശ്യം. പ്ലീസ്, പിണങ്ങാതെ ഇരുന്നാൽ ഞാൻ വരുമ്പോൾ നിന്റെ കാഡ്ബറി ബ്ലാക്ക് അങ്ങ് എത്തിച്ചേക്കാം.

ജോമോൾ: കാഡ്ബറി ബ്ലാക്ക് ഉണ്ടേൽ... ഈ പ്രാവശ്യത്തേക്ക് അഡ്ജസ്റ്റ് ചെയ്യാം. പക്ഷെ ഇത് സ്ഥിരം ആക്കണ്ട.

അതും പറഞ്ഞു അവൾ ആ കോൾ കട്ട് ചെയ്തു.

റോബിൻ അപ്പാപ്പന്റെ മകനാണ്. അവന്റെ പപ്പയും അമ്മയും അമേരിക്കയിൽ ആണ്. ഇവിടെ വല്യമ്മച്ചിയുടെ ഒപ്പം ആണ് അവന്റെ താമസം. വീട്ടിൽ നിന്ന് ഏകദേശം ഒരു കിലോമീറ്റർ ദൂരത്തിൽ ആണ് റോബിനും അമ്മച്ചിയും താമസിക്കുന്നത്. ജോമോൻ അവനോടു ജോമോളുടെ കൂടെ ഈ പ്രാവശ്യം ഒന്ന് പോകാൻ പറഞ്ഞിട്ടുണ്ട്.

അന്ന് ജോമോൾ അവസാനമായി ജോമോനോട് സംസാരിക്കുമ്പോൾ അസാധാരണമായി ഒന്നും അവനു അനുഭവപ്പെട്ടില്ല. തന്റെ പെങ്ങളുടെ അവസാനത്തെ പിണക്കവും പരിഭവവും ആയിരിക്കും എന്ന് അന്ന് അവൻ ഒരിക്കൽ പോലും ചിന്തിച്ചില്ല.

ജോമോളെ കാണാതെയാകുന്ന അന്ന് വൈകുന്നേരം ഒരു അഞ്ചു മണിയോടെ അവളുടെ ഫോണിൽ നിന്ന് അയാളുടെ ഫോണിലേക്ക് ഒരു മെസേജ് വന്നു.

ചേട്ടായി... റോബിനെ ഒന്ന് സൂക്ഷിക്കണം. അവന്റെ പോക്ക് അത്രക്ക് ശരിയല്ല.

ജോമോൻ അവളോട് കാര്യം എന്താണെന്ന് മെസ്സേജിൽ ചോദിച്ചപ്പോൾ എല്ലാം വന്നിട്ട് വിശദമായി പറയാം എന്ന് മാത്രമാണ് അവൾ റിപ്ലൈ ചെയ്തത്.

അദ്ധ്യായം 6

ജോമോൾ ജോമോനോട് അന്ന് പറഞ്ഞത് അനുസരിച്ച് ഏകദേശം ഏഴു മണിക്ക് എറണാകുളത്ത് നിന്ന് ബാംഗ്ലൂരിലേക്ക് ട്രെയിൻ ടിക്കറ്റ് എടുത്തതാണ്. ഏഴുമണി ആയപ്പോഴേക്കും അവളുടെ ഒരു മെസ്സേജ് കൂടി അയാൾക്ക് വന്നു.

"ചേട്ടായി ഞാൻ പോകുകയാണ്, പ്രാർത്ഥിക്കണം"

അന്ന് പാർട്ടി മീറ്റിംഗ് കഴിഞ്ഞ ശേഷം ജോമോൻ ഫോൺ എടുത്തു സോഷ്യൽ മീഡിയയിൽ എല്ലാം പതിവ് പോലെ കയറി നോക്കി. സമയം ഏകദേശം 8.30 ആയിക്കാണും. ജോമോളുടെ ഫേസ്ബുക്ക് വാളിൽ അയാൾ ഒരു മെസ്സേജ് കണ്ടു.

Bye every one. Going to my dream destiny with my sweet guardian.

ഈ മെസ്സേജ് കണ്ടപ്പോൾ ജോമോൻ ഫോൺ എടുത്തു അവളെ വിളിക്കാൻ ശ്രമിച്ചു. പക്ഷെ റേഞ്ച് കട്ടായി പോകുമ്പോൾ ഉണ്ടാകുന്ന തരത്തിൽ ഉള്ള മുറിഞ്ഞ റിംഗ് അയാളുടെ ഫോണിൽ ശബ്ദിച്ചുകൊണ്ടിരുന്നു. ജോമോന് അനുഭവം ഉള്ളതാണ് ട്രെയനിൽ സഞ്ചരിക്കുമ്പോൾ പലപ്പോഴും റേഞ്ച് മിസ്സ് ആയി കൊണ്ടിരിക്കുന്നത്. അത് കൊണ്ട് തന്നെ അയാൾ ആ ശ്രമം ഉപേക്ഷിച്ചു. പക്ഷെ പിന്നീട് വിളിച്ചപ്പോഴൊക്കെ അവളുടെ നമ്പർ സ്വിച്ച്ഓഫ് ആണെന്നുള്ള മെസ്സേജാണ് അയാൾക്ക് കിട്ടിയത്.

കഴിഞ്ഞ പത്തു ദിവസമായി അവളുടെ ഒരു വിവരവും ഇല്ല. അന്വേഷിക്കാൻ പറ്റുന്നിടത്ത് എല്ലാം അന്വേഷിച്ചു.

പോലീസ് സ്റ്റേഷനിൽ ഇരുപത്തിരണ്ടാം തീയതി മുതൽ കയറി ഇറങ്ങി നടക്കുന്നതാണ്. ജോമോൻ തന്റെ രാഷ്ട്രീയ സ്വാധീനം ഉപയോഗിച്ച് പല ഇടപെടലുകൾ നടത്തി നോക്കി. പക്ഷേ പോലീസ് ശക്തമായ അന്വേഷണം നടക്കുന്നുണ്ട് എന്നു പറഞ്ഞു ഓരോ സമയത്തും അയാളെ സമാധാനിപ്പിക്കാൻ ശ്രമിച്ചു.

യാതൊരുവിധ തെളിവുകളുമില്ല. തന്റെ പെങ്ങൾ ജീവിച്ചിരിപ്പുണ്ടോ അതോ മരിച്ചോ എന്ന് വിശ്വസിക്കാൻ പറ്റുന്ന ഒരു തെളിവും അയാൾക്ക് നലകാൻ ആർക്കും കഴിഞ്ഞിട്ടില്ല.

അതിനിടയിൽ നാട്ടുകാരുടെ ചർച്ച അവളുടെ സ്വഭാവശുദ്ധി സംശയിക്കുന്നത് വരെയെത്തി. ചിലർ ജോമോൾ ആരുടെകൂടെയോ ഒളിച്ചോ

ടി എന്നൊക്കെ പറഞ്ഞു പരത്താൻ തുടങ്ങിയിരുന്നു.

വീട്ടിലേക്ക് ചെന്നാൽ ഒരു സമാധാനവും ഇല്ല. മമ്മിയുടെ അവസ്ഥ ജോമോനെ വല്ലാതെ അസ്വസ്ഥനാക്കി. അതിനേക്കാൾ എല്ലാം ജോമോളുടെ ശൂന്യത, അയാളെ കുറ്റബോധത്തിലേക്ക് തള്ളിവിട്ടുകൊണ്ടിരുന്നു.

കോട്ടയം കഴിഞ്ഞു ഏകദേശം മൂന്നു കിലോമീറ്റർ വിട്ടു ഒരു ആളൊഴിഞ്ഞ സ്ഥലം. അവിടെ റെയിൽവേ ട്രാക്കിൽ നിന്ന് ഒരു ഇരുന്നൂറു മീറ്റർ അകലെ ആണ് ആ കുളം. ശരിക്കും ആ പ്രദേശം ആളൊഴിഞ്ഞ സ്ഥലമാണ്. അതിനു സമീപത്ത് കൂടി ഒരു ലെവൽ ക്രോസ് റോഡുണ്ട്. പൊതുവേ ആൾതിരക്ക് കുറവുള്ള പ്രദേശമാണിത്.

അവർ കുളത്തിനെ സമീപിക്കുന്നതിനിടയിൽ സഹദേവൻ കയ്യിലെ ടവ്വൽ കൊണ്ട് മൂക്ക് പൊത്തി. കുളത്തിൽ കിടക്കുന്ന ബോഡി അഴുകിയ ദുർഗന്ധം ആ പരിസരത്തെ ആകെ അസഹനീയം ആക്കിയിട്ടുണ്ട്. ജോമോൻ തന്റെ മുണ്ടിന്റെ അറ്റം കൊണ്ട് മൂക്ക് പൊത്തി. ആ കുളത്തിൽ ഒരു ചാക്കിൽ കെട്ടിയ നിലയിൽ ഇന്ന് രാവിലെ കണ്ടെത്തിയതാണ് ഈ ബോഡി.

പോലീസ് ആ ചാക്ക് അഴിച്ചു ബോഡി പുറത്തെടുത്തു. ശരീരം പൂർണ്ണനഗ്നം ആയിരുന്നു. ഏകദേശം എട്ടു മുതൽ പത്തു ദിവസത്തോളം പഴക്കമുണ്ടെന്ന് തോന്നിക്കുന്ന മൃതശരീരം. വെള്ളത്തിൽ കിടന്നതിനാൽ ശരീരം ആകെ നീലിച്ചിട്ടുണ്ട്, നന്നായി അഴുകി ചീർത്തിട്ടുണ്ട്. കണ്ട് കഴിഞ്ഞാൽ തിരിച്ചറിയാൻ വയ്യാത്ത വിധം മുഖം അഴുകാൻ തുടങ്ങിയിരിക്കുന്നു.

ഫോറൻസിക് വിദഗ്ധരും പോലീസും ചിത്രങ്ങൾ എടുക്കുകയും പരിസര പ്രദേശങ്ങൾ തെളിവുകൾക്കായി പരിശോധിച്ച് കൊണ്ടിരുന്നു.ഫോറൻസിക് ടീമിൽ ജോമോന്റെ കൂട്ടുകാരി സാറയുമുണ്ട്.

ജോമോൻ ആ ശവ ശരീരം കണ്ടതും മുഖം ഒരു നിമിഷം പൊത്തി എന്നിട്ട് എസ് ഐയോട് ചോദിച്ചു .

ജോമോൻ: സാർ, നിങ്ങൾ എന്തിനാണ് എന്നെ ഇവിടെ കൊണ്ടുവന്നത്.?

സഹദേവൻ: ഒരു സംശയത്തിന്റെ പേരിൽ. നിങ്ങൾ ജോമോൾ മിസ്സ് ആയി എന്ന് പറയുന്ന ദിവസവും ബോഡിയുടെ പഴക്കവും വെച്ച് നോക്കുമ്പോൾ പോലീസിന് ഉണ്ടായ ഒരു അഭ്യൂഹം.

എന്തേലും തിരിച്ചറിയാവുന്ന തെളിവുകൾ കിട്ടുവായിരുന്നേൽ നമ്മുടെ അന്വേഷണം കുറച്ചു കൂടി വേഗത്തിൽ ആക്കാം എന്ന തോന്നൽ.

ജോമോൻ: അപ്പോ നിങ്ങൾ ഉറപ്പിച്ചോ അവൾ.... (ജോമോന് സങ്കടം കാരണം ആ വാക്ക് മുഴുമിപ്പിക്കാൻ കഴിയുന്നില്ല)

സഹദേവൻ: ക്ഷമിക്കണം... ഞങ്ങളുടെ പ്രാഥമിക അന്വേഷണത്തിൽ ജോമോൾ എറണാകുളത്ത് നിന്ന് ബാംഗ്ലൂരിലേക്ക് ട്രെയിൻ ടിക്കറ്റ് എടുത്തിട്ടുണ്ട്. 20/07/20 നു ഏകദേശം ആറിനും, ആറരക്കും ഇടക്കുള്ള സമയത്ത്. ഒരു ടിക്കറ്റ് മാത്രമേ ജോമോൾ അന്ന് എടുത്തിട്ടുള്ളു.അതിനർത്ഥം ജോമോൾ ഇവിടുന്നു ബാംഗ്ലൂരിലേക്ക് വണ്ടി കയറിയത് ഒറ്റക്കാണ്. പിന്നെ അവളുടെ ഫോൺ അവസാനമായി സ്വിച്ച് ഓൺ ആയത് ഇതിനു ഒരു കിലോമീറ്റർ ചുറ്റുവട്ടത്തുനിന്നുമാണ്.

ജോമോൻ: സാർ,ഈ പുഴുവരിച്ച ശരീരം കണ്ട് ഞാൻ എന്ത് പറയാനാണ്.?

സഹദേവൻ: ജോമോൻ, ഞാൻ ഇത് നിങ്ങളുടെ സഹോദരിയുടെ ബോഡി ആണെന്നല്ല പറഞ്ഞത്. സഹദേവൻ അയാളുടെ തോളത്തു കൈ വെച്ച് കൊണ്ട് സമാധാനിപ്പിക്കാൻ ശ്രമിച്ചുകൊണ്ട് പറഞ്ഞു .

“പ്രതീക്ഷ കൈ വെടിയേണ്ട. ജോമോൾ തിരിച്ചു വരുന്ന ദിവസത്തിനായി നമുക്ക് കാത്തിരിക്കാം.”

അദ്ധ്യായം 7

റോബിൻ ആളൊരു പ്രത്യേക ടൈപ്പാണ്. എല്ലാവരോടും അങ്ങനെ ഒന്നും വലുതായി സംസാരിക്കില്ല. ഇരുപത്തിമൂന്നു വയസുള്ള അവന്റെ പെരുമാറ്റം ഒരു തരത്തിൽ ഉൾവലിഞ്ഞതാണ്. അവൻ മിക്കപ്പോഴും വീട്ടിൽ തന്നെ ഉണ്ടാകും, നാട്ടിൽ പറയത്തക്ക കൂട്ടുകാർ ഒന്നുമവനില്ല.

അവന്റെ ലോകം റൂമും കുറച്ചു പുസ്തകങ്ങളുമാണ്. ആരെങ്കിലും റൂമിൽ കയറുകയോ പുസ്തകങ്ങളിൽ കൈ വെക്കുകയോ ചെയ്യുന്നത് തീരെ ഇഷ്ടമല്ല. അമ്മച്ചിയും അവനും മാത്രം താമസിക്കുന്ന ആ വലിയ വീട്ടിൽ അമ്മച്ചി പോലും റൂമിൽ കയറുന്നതു അവനിഷ്ടമല്ല. റൂം അവൻ സ്വന്തമായാണ് വൃത്തിയാക്കുന്നതും.

യുഎസിൽ നിന്ന് നാട്ടിലേക്ക് തിരിച്ചു ചേക്കേറുന്നതിന്റെ ആദ്യ പടിയായി അപ്പാപ്പൻ റോബിനെ രണ്ടു വർഷം മുൻപ് നാട്ടിൽ കൊണ്ട് വന്നു ഒരു സ്കൂളിൽ ചേർത്തു. അവർക്ക് വേണ്ടി വലിയ ഒരു വീടും വെച്ചു. അമ്മച്ചിയും റോബിനുമാണ് ഇപ്പോൾ അവിടെ താമസിക്കുന്നത്.

റോബിന്റ ഏറ്റവും ഇഷ്ടപ്പെട്ട ഹോബിയാണ് ഗാർഡനിങ്. നാട്ടിൽ എവിടെ നിന്നും നല്ല ചെടികൾ കിട്ടിയാൽ അയാൾ അവിടെ വെച്ച് പിടിപ്പിക്കും. അത്രക്ക് മനോഹരമാണ് റോബിന്റെ മുറ്റവും പരിസര പ്രദേശങ്ങളും. അതെ പോലെയാണ് അവന്റെ യാത്രകളും. ഒരു മനുഷ്യനോടും ഒന്നും പറയാതെ ഒരു പോക്കാണ്. പകുതി വഴി എത്തിക്കഴിഞ്ഞാൽ ചിലപ്പോൾ അമ്മച്ചിയോട് വിളിച്ചു പറയാറാണ് അവന്റെ പതിവ്.

അപ്പാപ്പനോട് അവന്റെ ഈ തോന്നിയ പോലുള്ള യാത്രയെ കുറിച്ച് പറയുമ്പോൾ ഒരു ചിരി മാത്രമാണ് സാധാരണ ഉണ്ടാകാറുള്ളൂ. എന്നിട്ട് പറയും.

"അവൻ വലിയ ചെറുക്കൻ അല്ലെ, സ്റ്റേറ്റ്സിൽ എല്ലാം പിള്ളേരുടെ ഇഷ്ടം പോലെ ആണ്. അവൻ അവന്റെ ഇഷ്ടം പോലെ ചെയ്യട്ടെ."

അതുകൊണ്ട് തന്നെ ആരും റോബിനെ ഒന്നിനും വിലക്കാറില്ല. കുടുംബത്തിൽ തന്നെ റോബിൻ കുറച്ച് ഫ്രീ ആയി സംസാരിക്കുന്നത് ജോമോനോട് മാത്രമാണ്..

അദ്ധ്യായം 8

2/08/20

ജോമോന്റെ വീട്ടിൽ ആകെ ദുഃഖം തളം കെട്ടി നിൽക്കുകയാണ്. അന്ന് രാവിലെ സഹദേവൻ ജോമോന്റെ വീട്ടിൽ എത്തി.വീട്ടിൽ അവരുടെ അമ്മ കട്ടിലിൽ ജോമോളുടെ ഫോട്ടോയും നെഞ്ചത്ത് വെച്ച് കിടക്കുകയാണ്. അവർ കരഞ്ഞു ആകെ തളർന്നിരിക്കുകയാണ്.

സഹദേവൻ ചില കാര്യങ്ങളിൽ ചോദിച്ചറിയാനാണ് വന്നത്.

സഹദേവൻ: ജോമോൻ, ഈ സാഹചര്യത്തിൽ ചോദിക്കുന്നത് ശരിയല്ല എന്നറിയാം. എന്നിരുന്നാലും നമ്മുടെ അന്വേഷണം കുറച്ചു കൂടി ഊർജ്ജിതപെടുത്താൻ സമയ ബന്ധിതമായി ചില ഇടപെടലുകൾ ആവശ്യമായി വരും.

ജോമോൻ: സാർ ചോദിക്ക്. എനിക്ക് അവളെ എങ്ങനെ എങ്കിലും കണ്ടെത്തിയെ പറ്റൂ.

സഹദേവൻ: ജോമോൾ പരീക്ഷ ആവശ്യത്തിന് മാത്രമാണോ ബാംഗ്ലൂരിലേക്ക് പോയത്? അതോ അതിനൊപ്പം മറ്റ് വല്ല ആവശ്യങ്ങളും പറഞ്ഞിരുന്നോ? ഐ മീൻ ഏതെങ്കിലും കൂട്ടുകാരിയെ/കൂട്ടുകരൻമാരെ മറ്റോ കാണണം എന്നോ, അതെ പോലെ ഏതെങ്കിലും സ്ഥലങ്ങൾ എ

ക്സാം കഴിഞ്ഞിട്ട് വിസിറ്റ് ചെയ്യണം എന്ന് മറ്റു വല്ലതും പറഞ്ഞതായി ഓർക്കാൻ കഴിയുന്നുണ്ടോ.?

ജോമോൻ: ഇല്ല സാർ, എക്സാം കഴിഞ്ഞ് വേഗം തിരിച്ചു വരണം എന്നായിരുന്നു അവളുടെ പ്ലാൻ.

സഹദേവൻ: ഓക്കെ. അന്നത്തെ യാത്രയിൽ അവരുടെ കൂടെ മറ്റാരെങ്കിലും പോയിരുന്നോ ?. അവളുടെ കൂട്ടുകാരിയോ മറ്റു പരിചയത്തിൽ ഉള്ളവരോ?

ജോമോൻ: ഞാൻ അപ്പാപ്പാന്റ മകൻ റോബിനോട് പറഞ്ഞിരുന്നു അവളുടെ ഒപ്പം ഒന്ന്പോകാൻ. പോകുന്ന അന്ന് അവൾ റോബിന്റ വീട്ടിൽ പോയിരുന്നു പക്ഷേ അവൻ പോയില്ല എന്നാണ് അമ്മച്ചി പറഞ്ഞിരുന്നത്.

(ജോമോൻ കുറ്റബോധം കൊണ്ട് കണ്ണ് തുടക്കുന്നു.)

സഹദേവൻ: റോബിൻ പോകാതിരിക്കാൻ വല്ല കാരണവും ?

ജോമോൻ: അവന്റെ സ്വഭാവം ചിലപ്പോൾ അങ്ങനെയാണ്. നമുക്ക് പ്രെഡിക്റ്റ് ചെയ്യാൻ കഴിയില്ല.

അമ്മച്ചി പറഞ്ഞത് അനുസരിച്ചു ജോമോൾ അവനെ കാണാൻ അന്ന് വൈകുന്നേരം അവിടെ എത്തി. പിന്നെ ജോമോൾ പോയതിനു ശേഷം ഒരു ബാഗും എടുത്തു ആരോടും ഒന്നും പറയാതെ കാറിൽ എങ്ങോട്ടോ പോയി.

സഹദേവൻ: എനിക്ക് ഈ സാഹചര്യത്തിൽ റോബിനെയും അമ്മച്ചിയെയും കാണാൻ പറ്റുമോ? അവസാനമായി കണ്ട ആൾക്കാർ എന്ന നിലയിൽ ചില കാര്യങ്ങൾ ചോദിച്ചറിയാനാണ്.

ജോമോൻ: സാർ ...അമ്മച്ചി അപ്പാപ്പന്റെ വീട്ടിലുണ്ട്. അവിടെ ചെന്നാൽ നിങ്ങൾക്ക് അവരെ കാണാം. പക്ഷേ റോബിൻ ഒരാഴ്ച ആയിട്ട് എവിടെ ആണെന്ന് ആർക്കും ഒരറിവും ഇല്ല.

അത് കേട്ടതും സഹദേവൻ ചെറിയ ദേഷ്യത്തോടെ ജോമോനോട് ചോദിച്ചു.

ഇത്രക്ക് പ്രധാനപ്പെട്ട ഈ വിവരം നിങ്ങൾ എന്തുകൊണ്ടാണ് മറച്ചു വെച്ചത്?ട ജാമോൾ അവസാനം കണ്ട വ്യക്തി റോബിനാണ്. അതെ പോലെ തന്നെ ജോമോൾ കാണാതായത് മുതൽ അയാളെയും കാണാനില്ല.

ജോമോൻ : സാർ, അവൻ ഞങ്ങളുടെ അനിയനാണ്. അവനെ എന്തിനു സംശയിക്കണം സാർ ?

സഹദേവൻ അയാളെ ഒന്ന് നോക്കിക്കൊണ്ട് അമർത്തി ചിരിച്ചു എ

ന്നിട് പറഞ്ഞു.

ഈ കേസ് മുൻപോട്ടു പോകുമ്പോൾ നിങ്ങൾക്ക് മനസ്സിലാകും ജോമോൾ അവസാന സമയത്തു ചെന്ന് പെട്ട ഓരോ സാഹചര്യങ്ങളും വ്യക്തികളും എത്രത്തോളം പ്രധാനമാണ് ഈ കേസ് അന്വേഷണത്തിനെന്ന്.

അദ്ധ്യായം 9

പൊലീസ് ജീപ്പ് റോബിന്റെ വീട് ലക്ഷ്യമാക്കി നീങ്ങി കൊണ്ടിരിക്കുകയാണ്. സഹദേവന്റെ മനസ്സിൽ കൂടി ആ നിമിഷങ്ങളിൽ നൂറുകൂട്ടം ചോദ്യങ്ങൾ ഉയർന്നു കൊണ്ടിരുന്നു.

അറിഞ്ഞു കേട്ടിടത്തോളം റോബിന്റെ സ്വഭാവം വളരെ ദുരൂഹത നിറഞ്ഞതാണ്. ഒരു ചോദ്യത്തിനും ഉത്തരം ഇല്ലാത്ത ഒരു രഹസ്യ സ്വഭാവം റോബിന്റെ പെരുമാറ്റത്തിൽ ഒളിച്ചു കിടക്കുന്നതായി സഹദേവനുതോന്നി. അതേപോലെ ജോമോൻ എന്തുകൊണ്ട് റോബിനെ കുറിച്ച് ഇതുവരെ തന്നോട് പറഞ്ഞില്ല എന്ന ചോദ്യവും അയാളുടെ ചിന്തകളിൽ കടന്നു വന്നുകൊണ്ടിരുന്നു.

ആ പോലീസ് ജീപ്പ് റോബിന്റെ വീടിന്റെ ഗേറ്റ് കടന്നു ഉള്ളിൽ കയറി. വളരെ മനോഹരമായ ഒരു ഇരുനില കെട്ടിടം. സുന്ദരമായ പൂന്തോട്ടത്തിനു നടുക്ക് മനോഹരമായ ബംഗ്ലാവ്.

സഹദേവൻ ചെന്ന് വീടിന്റെ കോളിങ് ബെല്ലിൽ അമർത്തി. ഒരു അറുപത്തി അഞ്ചു വയസ്സ് പ്രായം തോന്നിക്കുന്ന അമ്മച്ചി വന്നു വാതിൽ തുറന്നു. ആ അമ്മേച്ചിയുടെ മുഖം മ്ലാനമായിരുന്നു. അമ്മച്ചി അവരോടു കയറി ഇരിക്കാൻ ക്ഷണിച്ചു.

സഹദേവൻ: അമ്മച്ചി, ഞാൻ എസ് ഐ സഹദേവൻ . അന്വേഷണത്തിന്റ ഭാഗമായി, ജോമോൾ അവസാനം വന്ന സ്ഥലങ്ങളിൽ കൂടി ഞങ്ങൾ ഒന്നുകൂടി സഞ്ചരിക്കുകയാണ്.

അമ്മച്ചിയുടെ കണ്ണുകൾ നനയുന്നുണ്ടായിരുന്നു. സഹദേവൻ അത് കണ്ടില്ലെന്ന് നടിച്ചു ചോദ്യം ചെയ്യാൻ ശ്രമിച്ചു.

സഹദേവൻ: അമ്മച്ചി , ജോമോളെ അവസാനം കണ്ട ആ ദിവസത്തെ കുറിച്ച് വിവരിക്കാമോ?

അമ്മച്ചി: കഴിഞ്ഞ ഇരുപതാം തീയതി വൈകുന്നേരം ഏകദേശം ഒരു അഞ്ച് മണിയാകും പെൺകൊച്ചു ഇവിടെ വന്ന സമയം. ഞാൻ വാതിൽ തുറക്കുമ്പോൾ അവൾ റോബിന്റ ചെടിത്തോട്ടത്തിൽ നിൽക്കുക

യായിരുന്നു. വാതിൽ തുറന്നു എന്നു കണ്ട ഉടൻ അവൾ ചോദിച്ചു ?

ജോമോൾ: അമ്മച്ചി , അവൻ എന്തിയെ? എന്റെ അംഗരക്ഷകൻ.

അമ്മച്ചി: അവൻ മുകളിലെ റൂമിൽ ഉണ്ടാകും. ഇപ്പോഴും ഒരു കമ്പ്യൂട്ടറും പാട്ടും വെച്ചിരിപ്പാണ്. ഞാൻ ഇവിടെ ഉണ്ട് എന്നുള്ള ഒരു ബോധം പോലും അവനില്ല. ഭക്ഷണം കഴിക്കാനും അവന്റെ പൂന്തോട്ടം നോക്കാനും മാത്രം ഇടക്ക് ഇറങ്ങി വരും. ചിലപ്പോൾ കോട്ടും സൂട്ടും ഇട്ടു ഒരു പോക്കാണ്.

"എന്നാടി കൊച്ചെ അവനെ കൊണ്ട് ഇപ്പോൾ ?"

ജോമോൾ: ബാംഗ്ലൂരിൽ ഒരു എക്സാം ഉണ്ട്. ചേട്ടായി വിളിച്ചു എന്നോടൊപ്പം വരാൻ അവനോടു പറഞ്ഞിട്ടുണ്ട്. കൂട്ടി കൊണ്ട് പോകാൻ വന്നതാ.

അതും പറഞ്ഞു പെൺകൊച്ചു മുകളിലെ അവന്റെ റൂമിലേക്ക് പോയി. ഒരു പത്തു മിനിട്ട് കഴിഞ്ഞ് അവള് വലിയ ദേഷ്യത്തിൽ ഇറങ്ങി പോരുന്നത് കണ്ടു.

സഹദേവൻ : ജോമോൾ ദേഷ്യപ്പെടാൻ ഉണ്ടായ കാരണം അമ്മച്ചി അവളോട് ചോദിച്ചില്ല ?

അമ്മച്ചി : ചോദിച്ചപ്പോൾ അവൾ ഒന്നും മിണ്ടിയില്ല. നേരം വൈകും, ട്രെയിൻ പോകും. അമ്മച്ചി പരീക്ഷക്ക് വേണ്ടി പ്രാർത്ഥിക്കണം എന്ന് മാത്രമാണ് അവൾ ഇറങ്ങുമ്പോൾ പറഞ്ഞത്. പക്ഷേ ഇവിടെ നിന്ന് പോകുമ്പോൾ അവളുടെ മുഖത്ത് എന്തോ ഒരു അസ്വസ്ഥത പ്രകടമായിരുന്നു.

സഹദേവൻ: അന്ന് റോബിൻ വല്ലതും പറയുകയോ, അസ്വാഭാവികം ആയി പെരുമാറുകയൊ ചെയ്തതായി അമ്മച്ചിക്ക് ഓർക്കാൻ കഴിയുന്നുണ്ടോ ?

അമ്മച്ചി: അവൻ എപ്പോഴും ഒരു പോലെയാണ്. കൂടുതൽ ചിരിക്കുകയോ സംസാരിക്കുകയോ ഒന്നുമില്ല. ഒരു പ്രസരിപ്പില്ലത്ത പ്രകൃതമാണ്. എപ്പോഴും സീരിയസ്സ് ആയ മുഖഭാവം.

ജോമോൾ പോയതിന്റെ അന്ന് വൈകുന്നേരം കാറുമെടുത്തു പോയതാണ് റോബിൻ. അന്ന് രാത്രിയിൽ എന്നെ ഫോൺ വിളിച്ചുപറഞ്ഞു, ബാംഗ്ലൂർ വഴി ഹൈദ്രബാദ് പോകുകയാണെന്ന്. പിന്നെ ഇതുവരെ ഒരു വിവരവുമില്ല, അങ്ങോട്ട് വിളിച്ചാൽ ചിലപ്പോൾ സ്വിച്ച് ഓഫ് അല്ലെങ്കിൽ നോട്ട് റീച്ചബിൾ

അമ്മച്ചി നെടുവീർപ്പിട്ടുകൊണ്ട് പറഞ്ഞു .

"ഓരോരോ സ്വഭാവങ്ങൾ"

അദ്ധ്യായം 10

3/08/20

സഹദേവന്റ ഫോൺ റിംഗ് ചെയ്തു കൊണ്ടിരുന്നു. സൈബർ ഫോറൻസിക് ഡിപ്പാർട്ട്മെന്റിന്റെ ഹെഡ് ഷാഹുൽ ആണ് വിളിക്കുന്നത് .

ഷാഹുൽ: സാർ ... കഴിഞ്ഞ ദിവസം എറണാകുളത്ത് നിന്ന് മിസ്സ് ആയ കുട്ടിയുടെ ഫോൺ ട്രേസ് ചെയ്യാൻ പറ്റിയിട്ടുണ്ട്.

ജോമോൾ മിസ്സ് ആയി പതിമ്മൂന്നു ദിവസത്തിന് ശേഷം കിട്ടിയ ആശ്വാസകരമായ ഒരു വാർത്തയായിരുന്നു അത്.

ഷാഹുൽ: സാർ .... ബഗ്ലൂരിലെ യശ്വന്ത്പൂർ എന്ന സ്ഥലത്ത് വെച്ച് ഇന്ന് രാവിലെ ആ മൊബൈൽ സ്വിച്ച് ഓൺ ആകുകയും നമ്പർ അവിടുത്തെ ഐഡിയ ടവർ പരിധിയിൽ വരുകയും ചെയ്തിട്ടുണ്ട്.

സഹദേവൻ: ഗുഡ് ന്യൂസ് .

ഷാഹുൽ: സാർ ഇപ്പോൾ നമ്പർ റേഞ്ച് പരിധിക്ക് പുറത്താണ്. നേരത്തെ കിട്ടിയ IMEI ഉപയോഗിച്ച് നമുക്ക് ട്രേസ് ചെയ്യാം പക്ഷേ അവർ അതിൽ ഒരു സിം ഇട്ടു ഏതെങ്കിലും നെറ്റ്വർക്ക് പരിധിക്കുള്ളിൽ വരണം.

സഹദേവൻ: ഷാഹുൽ.. കൂടുതൽ വിവരങ്ങൾക്കായി നമുക്ക് ഇത് കർണാടക പോലീസിനെ അറിയിക്കാം. അതേപോലെ നമ്മുടെ ഒരു സ്റ്റാഫ് കൂടി അവിടേക്ക് ഉടൻ പോകണം. ചിലപ്പോൾ ഈ കേസിലെ നിർണ്ണായകമായ തെളിവ് ആകാം ഇത്. സോ ബി വിജിലന്റ്

ഷാഹുൽ : സാർ, ഐ വിൽ ഹാൻഡിൽ ഇറ്റ്.

ഏകദേശം ഒരു അരമണിക്കൂർ കഴിഞ്ഞു കാണും. ജോമോളുടെ മൊബൈൽ ഫോണിന്റെ IMEI നമ്പർ ഉള്ള ഫോൺ ബാംഗ്ലൂർ നഗരത്തിൽ കൂടെ യാത്ര ചെയ്യുന്നത് സൈബർ വിങ്ങിൽ ട്രേസ് ചെയ്യപ്പെട്ടു. ഇപ്പോൾ ആ മൊബൈലിൽ കിടക്കുന്നത് ഒരു പുതിയ നമ്പർ ആണ്.

ഷാഹുൽ ഉടൻ തന്നെ ബാംഗ്ലൂർ സൈബർ സെക്യൂരിറ്റിയെയും പോലീസിനെയും അലേർട്ട് ചെയ്തു. അതുവരെ അനിശ്ചിതത്തിൽ കിടന്ന കേസിനു നിർണ്ണായകമായ ഒരു തെളിവ് ലഭിച്ചിരിക്കുന്നു.ഒരായിരം ചോദ്യങ്ങൾ ബാക്കി നിർത്തി കൊണ്ടുള്ള തെളിവാണ് ഇപ്പോൾ ലഭിച്ചിരിക്കുന്നത്. കേരളത്തിൽ സ്വിച്ഡ് ഓഫ് ആയ ഫോൺ ഇപ്പോൾ ബാംഗ്ലൂരിൽ കണ്ടെത്തിയിരിക്കുന്നു . അതും നീണ്ട ദിവസങ്ങൾക്കു ശേഷം. അതിനിടയിൽ എന്തൊക്കെ സംഭവിച്ചിരിക്കാം ? ജോമോളുടെ ഫോൺ

എങ്ങനെ അവിടെ എത്തി ? ജോമോൾ ഇപ്പോഴും ജീവിച്ചിരിപ്പുണ്ടോ ? ഉണ്ടെങ്കിൽ എന്തിനു അവർ വീട്ടുകാരിൽ നിന്ന് ഒളിച്ചോടി?

ഈ ചോദ്യങ്ങൾക്കുള്ള ഉത്തരമാണ് ഈ കേസ് അന്വേഷണത്തിന്റെ ആത്യന്തികമായ ഉത്തരം എന്ന് സഹദേവന് നല്ല ബോധ്യം ഉണ്ടായിരുന്നു.

അദ്ധ്യായം 11

ആനന്ദ് റെഡ്ഡി ഒരു ഓട്ടോക്കാരൻ ആണ്. ബാംഗ്ലൂരിലും പരിസര പ്രദേശങ്ങളിലും ആണ് അയാളുടെ സ്ഥിരം യാത്ര. അയാളുടെ ഫോണിലേക്ക് നിരന്തരമായി കോൾ വന്നു കൊണ്ടിരുന്നു. ഓട്ടോ ഓടിക്കുന്നതിന്റ തിരക്കിൽ ആയിരുന്നതിനാൽ അയാൾക്ക് കോൾ എടുക്കാൻ കഴിഞ്ഞില്ല.

പിന്നെയും കോൾ വന്നു കൊണ്ടിരുന്നതിനാൽ വണ്ടി ഒരു ഒഴിഞ്ഞ സ്ഥലത്തേക്ക് മാറ്റിയിട്ട് അയാള് ഫോൺ എടുത്തു. സംസാരിക്കുന്നതിന് ഇടയിൽ ഒരു പോലീസ് ജീപ്പ് അയാളെ ലക്ഷ്യമാക്കി വന്നു കൊണ്ടിരുന്നു.

ഫോണിൽ സംസാരിക്കുന്നതിനു ഇടയിൽ ഓട്ടോയുടെ മുൻപിലത്തെ മിററിൽ ആ പോലീസ് ജീപ്പ് അയാളെ ലക്ഷ്യമാക്കി വരുന്നത് അയാൾ ശ്രദ്ധിച്ചു. ആ പോലീസ് ജീപ്പ് അയാളുടെ അടുത്ത് വന്നു നിർത്തി എന്നിട് അയാളെ പിടിച്ചു പോലീസ് ജീപ്പിലാക്കി മുൻപോട്ടു നീങ്ങിക്കൊണ്ടിരുന്നു. റെഡ്ഢിക്കു കാര്യങ്ങൾ ഒന്നും മനസ്സിലായില്ല, അയാൾ ആകെ ഭയന്നുവിറച്ചിരുന്നു.

ബാംഗ്ലൂർ പോലീസ് എസ്ഐ ബാലമുരുകനും സംഘത്തിനും ആണ് കേരളത്തിൽ നിന്നുള്ള വിവരങ്ങൾ അനുസരിച്ചു ഈ കേസ് അന്വേഷിക്കാനുള്ള ചുമതല. ബാംഗ്ലൂർ സിറ്റിയിലെ ഒരു പരിധി വരെയുള്ള കുറ്റകൃത്യങ്ങൾക്കു തടയിടാൻ കഴിഞ്ഞിട്ടുണ്ട് അയാളുടെ പ്രവർത്തനം കൊണ്ട്. വളരെ ചടുലവും ബുദ്ധിപൂർവവുമായ നീക്കങ്ങൾകൊണ്ട് ഇൻസ്പെക്ടർ ബാലമുരുകൻ കുറ്റവാളികൾക്ക് ഒരു പേടിസ്വപ്നമാണ്.

പോലീസ് അയാളെയും കൂട്ടി സ്റ്റേഷനിൽ എത്തി. അപ്പോൾ അയാൾക്ക് മനസ്സിലായി താൻ ഉപയോഗിച്ച ഫോൺ ആണ് തന്നെ ഇവിടെ എത്തിച്ചതെന്ന്. പോലീസ് അയാളെ ചോദ്യം ചെയ്യാൻ ആരംഭിച്ചു. പോ

ലീസ് സ്റ്റേഷനിൽ ചോദ്യം ചെയ്യുന്നതിന് ഇടയിൽ അയാൾ പറഞ്ഞു.

"ഇന്ന് വാങ്ങിയ സെക്കന്റ് ഹാൻഡ് ഫോണാണിത്. സിറ്റിയിലെ ഒരു സെക്കന്റ് ഹാൻഡ് റിപ്പയറിങ് കടയിൽ നിന്ന് വാങ്ങിയതാണ്. പോലീസ് അയാളെയും കൂട്ടി കടയിൽ എത്തി.

കട ആളുകൾ തിങ്ങി നിറഞ്ഞു നിൽക്കുന്ന ഒരു ചേരിയോടു ചേർന്ന സ്ഥലത്താണ്. ഒറ്റ തിരിഞ്ഞുള്ള ഒരു ഷട്ടർ മുറിയാണ്. പോലീസിനെ കണ്ടതും കടക്കാരൻ ഇറങ്ങി ഓടാൻ തുടങ്ങി.

പോലീസ് അയാളെ പിന്തുടർന്ന് പിടിച്ചു. പോലീസിനെ ഓടിച്ചതിന്റെ ദേഷ്യത്തിൽ എസ് ഐ ബാലമുരുകൻ കയ്യും വീശി അയാളുടെ മുഖത്ത് ഒന്നുകൊടുത്തു. എന്നിട്ട് വളരെ പരുക്കമായ ശബ്ദത്തിൽ ചോദിച്ചു.

എന്തിനാണ് പോലീസിനെ കണ്ടപ്പോൾ നീ ഓടിയത്? നീ എന്തോ കള്ളത്തരം ഒളിപ്പിച്ചു വെക്കുന്നുണ്ട്. സത്യം പറയുന്നതാണ് നിനക്ക് നല്ലത്?

റിപ്പയർ: (അവന്റെ മുഖത്ത് ഭയം ഉണ്ട്. അവൻ തല താഴ്ത്തി കൊണ്ട് പറഞ്ഞു.) പേടികൊണ്ടാണ് സാർ.

ബാലമുരുകൻ : നീ എന്താ കള്ളൻ ആണോ പോലീസിനെ പേടിക്കാൻ ?

റിപ്പയർ: സാർ... എന്റെ കടയിൽ കൂടുതലും സെക്കന്റ് സാധനങ്ങൾ ആണുള്ളത്. അത് ആരെങ്കിലും ഒക്കെ കൊണ്ട് വരുന്നതായിരിക്കും. അത് ഞാൻ കുറഞ്ഞ വിലക്ക് വാങ്ങി വിൽക്കും.

ബാലമുരുകൻ : അതുകൊണ്ട് ?

റിപ്പയർ : ഇത്തരത്തിൽ കൊണ്ടുവരുന്ന സാധനങ്ങളിൽ കൂടുതലും മോഷ്ടിച്ചുകൊണ്ട് വരുന്നതായിരിക്കും.

ബാലമുരുകൻ അപ്പോൾ ഇത് സത്യം ഇല്ലാത്ത മുതൽ ആണ് എന്ന് നിനക്ക് അറിയാം? അല്ലേടാ?

എന്നിട്ട് ഓട്ടോക്കാരന്റെ കയ്യിൽ ഇരുന്ന ഫോൺ ഉയർത്തികാണിച്ച് കൊണ്ട് അയാൾ ചോദിച്ചു.

"എനിക്ക് വേണ്ട ഉത്തരം ഇപ്പോൾ ഇതിനെക്കുറിച്ചു മാത്രമാണ്. സത്യം പറ ഈ ഫോൺ നിനക്ക് എവിടുന്നു കിട്ടി?"

റിപ്പയർ ആ ഫോൺ കണ്ടതും ആകെ ഞെട്ടി. അയാളുടെ കണ്ണിൽ ഭയം നിറയുന്നത് ബാലമുരുകൻ ശ്രദ്ധിച്ചു. റിപ്പയർ മിണ്ടാതെ നിൽക്കുന്നത് കണ്ടപ്പോൾ അയാൾ ഉച്ചത്തിൽ റിപ്പയറോട് ചോദിച്ചു.

"സത്യം പറ നീ, ആരെ കൊന്നിട്ട് കട്ട മൊതലാണ് ഇത്.?"

എസ് ഐ ആക്രോശിക്കുന്നതുകേട്ട് അയാൾ ഭയന്നുകൊണ്ട് പറ

ഞ്ഞു.

റിപ്പയർ: സാർ... ഞാൻ ആരെയും കൊന്നിട്ടില്ല. ഇത് കയ്യിൽ കിട്ടിയിട്ട് ഒരു മൂന്നു ദിവസം ആയിക്കാണും. ട്രെയിനിൽ ചെറിയ മോഷണവും പിടിച്ചു പറിയുമായി നടക്കുന്ന മാരി കൊണ്ടുവന്നതാണ്.

ബാലമുരുകൻ: മാരി, എവിടെ അവൻ ഇപ്പോൾ ? വിളി അവനെ.

റിപ്പയർ എനിക്കറിയില്ല സാർ...അവൻ ഇങ്ങനെ ദൂരത്തേക്ക് ഉള്ള ട്രെയിനിൽ കയറി പോകും. തക്കം കിട്ടിയാൽ ചെറിയ മോഷണവും പിടിച്ചു പറിയൊക്കെ നടത്തും. മിക്കപ്പോഴും ഫോൺ പോലെയുള്ള സാധനങ്ങൾ എനിക്ക് കൊണ്ടുവന്നു തരും. ഞാൻ ചെറിയ റിപ്പയറിംഗ് ഒക്കെ നടത്തി അത് വിൽക്കും. അവനും ഒരു ചെറിയ തുക കൊടുക്കും.

ബാലമുരുകൻ: മൂന്നു ദിവസം ആയിട്ട് എന്താ നീ ഇത് ഓൺ ചെയ്യാതിരുന്നത്.

റിപ്പയർ: സാർ. എനിക്ക് വേറെ കുറച്ച് ജോലുത്തിരക്കുണ്ടായിരുന്നു. ഇത് എന്റെ കയ്യിൽ കിട്ടുമ്പോൾ ഡിസ്പ്ലേ വർക് അല്ലായിരുന്നു പക്ഷെ മൊബൈൽ ഓൺ ആകുന്നുണ്ട്. തറയിലോ മറ്റോ ഉയരത്തിൽ നിന്ന് വീണതുകൊണ്ട് ഡിസ്പ്ലേ പോയതാണ്. പിന്നെ ഇന്നാണ് അത് ശരിയാക്കാൻ സമയം കിട്ടിയത്. മൊബൈൽ ശരിയാക്കി ഉടൻ തന്നെ പഴയ സിം കളഞ്ഞു. പിന്നീട് ഞാൻ ഇത് ഇയാൾക്ക് വിറ്റതാണ്.

പോലീസ് അപ്പോ മാരിക്ക് നീ പൈസ കൊടുത്തു കാണും അല്ലേ?

റിപ്പയർ: ഇല്ല സാർ, ഇന്ന് വൈകുന്നേരം വരാം എന്നാണ് അവൻ പറഞ്ഞത്. ..വന്നാൽ വന്നു. (ഒരു നിമിഷം മൗനം ആയി നിന്ന ശേഷം റിപ്പയർ തലയിൽ ചൊറിഞ്ഞു കൊണ്ട്) സാർ. മാരിക്ക് മൊബൈലിനെ പറ്റി വലിയ അറിവൊന്നും ഇല്ല. അതാണ് എനിക്ക് ഈ ബിസിനസ്സിലുള്ള ലാഭം.

ബാലമുരുകൻ അയാളെ നോക്കി പരിഹാസത്തോടെ ചിരിച്ചു.

അദ്ധ്യായം 12

പോലീസ് സംഘം മഫ്തി വേഷത്തിൽ ബാലയേയും മാരിയെയും കാത്ത് ആ മൊബൈൽ കടയുടെ ചുറ്റും നിൽക്കുന്നുണ്ട്. മാരി വരുമ്പോൾ സിഗ്നൽ നൽകാൻ റിപ്പയറോട് പോലീസ് നിർദ്ദേശം നൽകി. സാധാരണ ഒരു വൈകുന്നേരം ആറിനും എഴിനും ഇടയിൽ ആണ് മാരി വരാറുള്ളളത്. പക്ഷേ അന്ന് ഏഴരയായിട്ടും മാരി എത്തിയില്ല. പോ

ലീസ് ആകെ നിരാശയിലായി. ഉദ്യോഗസ്ഥർ വാച്ചിൽ നോക്കി, എന്നിട്ട് റിപ്പയറുടെ അടുത്തെത്തി ചോദിച്ചു.

പോലീസ്: നീ എപ്പോളാണ് കട അടക്കുന്നത്.

റിപ്പയർ : എട്ട് മണി..അത് കഴിഞ്ഞാൽ ആരും ഈ ഭാഗത്തേക്ക് വരില്ല.

പോലീസ് ഒന്ന് മൂളി...എന്നിട്ട് പറഞ്ഞു.അവൻ ഇന്നെനി വരും എന്ന് തോന്നുന്നില്ല. എന്നിട്ട് റിപ്പയറെ സൂക്ഷിച്ചു നോക്കിക്കൊണ്ട് ഒരു ഭീഷണി പോലെ പറഞ്ഞു.

നീ അവനോടു ഞങ്ങൾ ഇവിടെ ഉള്ള വിവരം ചോർത്തി കൊടുത്തോ ?

റിപ്പയർ : ഇല്ല സാർ .

പോലീസ് : ഇല്ലെങ്കിൽ നിനക്ക് കൊള്ളാം. നിന്റെ കോളും ഫോണും എല്ലാം ഞങ്ങളുടെ സൈബർ സെൽ നിരീക്ഷണത്തിലാണ്. ഞങ്ങളെ ഇവിടെ വിഡ്ഢികളാക്കി നിർത്തി നിന്റെ കൂട്ടുകാരനെ രക്ഷിക്കാനാണ് ഭാവമെങ്കിൽ ഈ കേസിൽ ദൈവത്തിനു പോലും നിന്നെ രക്ഷിക്കാൻ കഴിയില്ല.

എന്നിട്ട് ബാലമുരുകൻ ഒപ്പം ഉള്ള പോലീസുകാരനെ നോക്കി റിപ്പയറോട് ഒരു ചെറു ചിരിയോടെ പറഞ്ഞു.

'അഥവാ നീ ഇനി ഒരു മണ്ടത്തരം കാണിച്ചാൽ ഈ ബാംഗ്ലൂർ സിറ്റിയിൽ തെളിയാതെ കിടക്കുന്ന അനേകം കുറ്റകൃത്യങ്ങൾക്ക് ഒരു പ്രതിയെ കൂടി കിട്ടി എന്ന് ഞങ്ങളങ്ങ് വിചാരിക്കും.' അതും പറഞ്ഞു ബാലയും മറ്റു പോലീസുകാരും കുറച്ചു മാറ്റി നിർത്തിയ അവരുടെ വാഹനത്തിന്റെ അടുത്തേക്ക് നടന്നു.

ബാലയുടെ ഭീഷണി റിപ്പയറെ വല്ലാതെ ഭയപ്പെടുത്തി.

സമയം എട്ടു മണി കഴിഞ്ഞു. ഇരുട്ടും വെളിച്ചവും സമ്മിശ്രമായ ആ തെരുവിന് ഒരു നിഗൂഡ സ്വഭാവം കൈവന്നിരിക്കുന്നു.

റിപ്പയർ കടയുടെ ഷട്ടർ താഴ്ത്താനുള്ള ഒരുക്കത്തിലാണ്. ബാലയും സംഘവും മുൻപോട്ടു തങ്ങളുടെ ജീപ്പ് ലക്ഷ്യമാക്കി നടന്നു. അതിനിടയിൽ മുടി നീട്ടി വളർത്തിയ, മെലിഞ്ഞ ഒരു യുവാവ് റിപ്പയറുടെ കട ലക്ഷ്യമാക്കി വളരെ വേഗത്തിൽ അങ്ങോട്ട് നടന്നുവന്നു. അയാൾ വളരെ ധൃതിയിലാണ് നടക്കുന്നത്. അവന്റെ വേഷം പാന്റ്സും ഷർട്ടുമാണ്. കടയുടെ ഷട്ടർ ഇടുന്ന റിപ്പയരുടെ പുറകിൽ അയാൾ വന്നു നിന്നു.

മച്ചീ..... കടവുൾ എങ്കൂടെയിരിക്.

അപ്രതീക്ഷിത ശബ്ദം കേട്ട് റിപ്പയർ ഞെട്ടി തിരിഞ്ഞുനോക്കി. അ

യാളെ കണ്ടതും റിപ്പയർ മനസ്സിൽ ഉച്ചരിച്ചു.

മാരി!

മാരിയെ കണ്ടതും റിപ്പയറുടെ മുഖത്തെ ഭയം കൂടുതൽ കനത്തു. അയാളുടെ മുഖത്തെ അസ്വസ്ഥത ആദ്യ നോട്ടത്തിൽ തന്നെ മാരി മനസ്സിലാക്കുന്നു. ഒരു നിമിഷം മാരി ചുറ്റും നോക്കിയിട് റിപ്പയറോട് ചോദിച്ചു.

മാരി: എന്നാച്ച്? ആകെ ഒരു സ്പെല്ലിംഗ് മിസ്റ്റെക് മാരി.

റിപ്പയർ: ഹേയ്, അപ്പടി ഒന്നും കടയാത്.

മാരി: ഓക്കെ ഓക്കെ...(അയാള് പാന്റിന്റെ പോക്കറ്റിൽ തപ്പിക്കൊണ്ട്)

ഇന്നേക്ക് ഒരു വാച്ചും മട്ടും കടച്ചിരിക്ക്. ഇന്നേക്ക് റൊമ്പ കഷ്ടം.

പോക്കറ്റിൽ നിന്ന് എടുത്ത വാച്ച് റിപ്പയറുടെ നേരെ നീട്ടിക്കൊണ്ട് മാരി ചോദിച്ചു.

മാരി : മച്ചി... ഒരു ഇരുനൂറ്റമ്പതു ക്യാഷ് കൊടുക്ക മുടിയുമാ?

റിപ്പയർ എന്ത് ചെയ്യണം എന്ന് അറിയാതെ ഒരു നിമിഷം അയാളെ നോക്കി നിന്നു. മാരി കടയുടെ മുൻപിൽ ഇട്ട ഡെസ്കിൽ താളം പിടിച്ചു നിൽക്കുകയാണ്. റിപ്പയർ ക്യാഷ് എടുക്കാൻ കൈ പോക്കറ്റിൽ ഇടുന്നത് പോലെ ഭാവിച്ചു. അതിനിടയിൽ പെട്ടെന്ന് അയാൾ ഉറക്കെ വിളിച്ചു പറഞ്ഞു.

സാർ മാരി ഇങ്കയിരിക്ക്.

അത് കേട്ടതും മാരി ഒന്ന് ഞെട്ടി. അയാൾ നോക്കുമ്പോൾ കുറച്ചു അകലെ നിന്ന് മൂന്ന് പേർ അയാളെ ലക്ഷ്യമാക്കി ഓടിവരുന്നു. അത്ര നേരം ശാന്തമായി നിന്നിരുന്ന മാരിയുടെ മുഖത്ത് ഒരു ക്രൂര ഭാവം വിടർന്നു. അതിനിടയിൽ റിപ്പയർ മാരിയെ പിടിച്ചു കീഴ്പ്പെടുത്താൻ ശ്രമിക്കുന്നു. എന്നാൽ മാരി തന്റെ ഷർട്ടിന്റെ അടിയിൽ പാന്റ്സിൽ തിരുകി വെച്ചിരുന്ന ഒരു ഇരുമ്പ് ദണ്ഡ് എടുത്തു റിപ്പയരുടെ കൈകൾക്കും തലക്കും ശക്തിയായി അടിക്കാൻ തുടങ്ങി. അതുവരെ കാണാത്ത ഒരു ക്രൂരഭാവം മാരിയുടെ മുഖത്തു പെട്ടെന്ന് വന്നു നിറഞ്ഞു.

മാരിയുടെ അടി കൊണ്ട റിപ്പയർ വേദന കൊണ്ട് പുളഞ്ഞു. അയാൾ മാരിയിലുള്ള പിടിവിടുന്നു. മാരി അയാളിൽ നിന്ന് കുതറിമാറി. പോലീസ് അടുത്തേക്ക് എത്തുന്നതിനു മുൻപ് മാരി അവിടെ നിന്ന് ഓടി മറയുന്നു. റിപ്പയർ ചോരയിൽ കുളിച്ചു കിടക്കുകയാണ്. വേദന കൊണ്ട് അയാൾ പുളയുന്നുണ്ട്.

റിപ്പയറുടെ തലയിൽ നിന്ന് ചോര മുഖത്തേക്ക് ഒഴുകി കൊണ്ടിരുന്നു. നിമിഷങ്ങൾക്കകം അയാൾ നിലത്തു വീണു.പോലീസ് അടുത്തെത്തിയപ്പോൾ റിപ്പയർ മാരി ഓടിയ വഴിയുടെ ദിശ നിലത്ത് കിടന്നു കൊണ്ട് അവരെ ചൂണ്ടിക്കാണിച്ചു.

അവിടെ എത്തിയ ബാലമുരുകൻ ഒരു പോലിസുകാരനോടു റിപ്പയറെ ആശുപത്രിയിൽ എത്തിക്കാൻ നിർദ്ദേശം നൽകി. എന്നിട്ട് അയാൾ മാരിയെ പിന്തുടരാൻ മറ്റുള്ള പോലീസുമായി ആ ഇരുട്ടിലേക്ക് ധൈര്യപൂർവ്വം ഓടിക്കയറി.

അദ്ധ്യായം 13

04/08/20

രാവിലെ ഒരു 10 മണിയായിക്കാണും. എസ് ഐ സഹദേവനും സാറയും അടങ്ങുന്ന ഒരു ഫോറൻസിക് സംഘം അവിടെ എത്തി.

സഹദേവൻ: ജോമോൻ, ഇത് നമ്മുടെ ഫോറൻസിക് ടീം ആണ്. സാറ ആണ് ലീഡ് ചെയ്യുന്നത്. അവർക്ക് ചില തെളിവുകൾ ആവശ്യമുണ്ട്. ഒന്ന് സഹകരിക്കണം.

ജോമോൻ: Sure സാർ...

അവർക്ക് വേണ്ട നിർദ്ദേശങ്ങൾ നൽകിയിട്ട് സഹദേവൻ അവിടുന്ന് ഇറങ്ങി പോലീസ് ജീപ്പിൽ കയറി പോകുന്നു.

സാറ: ജോമോൻ... ഞങ്ങൾക്ക് ജോമോളുടെ മുറി ഒന്ന് കാണണം. ചിലപ്പോൾ ഈ കേസുമായി കണക്റ്റ് ചെയ്യുന്ന എന്തേലും നമുക്ക് ലഭിച്ചേക്കാം.

ജോമോൻ: മനസ്സിലായില്ല.

സാറ: ഇന്നേക്ക് ജോമോളെ കാണാതെ ആയിട്ട് 14 ദിവസം ആയിരിക്കുന്നു. നമുക്ക് പറയത്തക്ക തെളിവുകൾ ഒന്നും തന്നെ കിട്ടിയിട്ടില്ല.

ജോമോൻ : (നിസ്സഹായനായി) എന്റെ കൊച്ച് എവിടെയാണ് കർത്താവേ?

സാറ: നീ ഇങ്ങനെ വിഷമിക്കല്ലെ....വിധി എന്തായാലും നേരിടാൻ മനസ്സിനെ പാകപ്പെടുത്താൻ ശ്രമിക്കൂ.

ജോമോൻ: (കണ്ണ് നീർ തുടച്ചു കൊണ്ട്.) സോറി സാറ..ഞാൻ കുറച്ചു ഇമോഷണൽ ആയി പോയി. .

സാറ : ജോ, നീ കുറച്ചു സംയമനം പാലിച്ചു വേണം ഞാൻ പറയു

ന്നത് കേൾക്കാൻ.

ജോമോൾ ജീവിച്ചിരിക്കുന്നുണ്ട് എന്ന് തന്നെ നമുക്ക് വിശ്വസിക്കാം. പക്ഷേ അവള് ജീവിച്ചിരിക്കുന്നതിന് ഒരു തെളിവും നമ്മുടെ കയ്യിൽ ഇ ല്ല. so അത് കൊണ്ട് നമുക്ക് അവള് മരിച്ചിട്ടില്ല എന്നതിനുള്ള തെളിവ് വേണം.

ജോമോൻ: സാറ..മനസ്സിലായില്ല.?

സാറ: കഴിഞ്ഞ 20 മുതൽ ,അതായത് ജോമോൾ കാണാതായത് മു തൽ ഉള്ള ദിവസങ്ങൾ വെച്ച് നോക്കുമ്പോൾ കേരളത്തിലെ വിവിധ ഭാ ഗങ്ങളിൽ നിന്ന് മൂന്നു സ്ത്രീകളുടെ തിരിച്ചറിയാൻ പോലും കഴിയാ ത്ത വിധത്തിലുള്ള മൃതശരീരങ്ങൾ കിട്ടിയിട്ടുണ്ട്. പ്രാഥമിക നിഗമന ങ്ങൾ പ്രകാരം ഇവരുടെ വയസ്സ് ഏകദേശം 18നും 28നും ഇടയിൽ ഉള്ള താണ്. അതിൽ ഒരാളുടെ ശരീരം തിരിച്ചറിഞ്ഞു കഴിഞ്ഞു. പക്ഷെ ബാ ക്കി രണ്ടു പേരുടെ ബോഡിയെ കുറിച്ച് ഒരു വിവരവും ഇല്ല. കാരണം ഈ രണ്ടു ബോഡികൾ കിട്ടിയതും വെള്ളത്തിൽ നിന്നാണ്. അതെ പോ ലെ രണ്ടു പേരുടെ ശരീരം അത്യാവശ്യം ജീർണ്ണിച്ച് മുഖങ്ങൾ തിരിച്ചറി യാൻ കഴിയാത്തവിധം ആയിരിക്കുന്നു.

ജോമോൻ : അവരുടേ വസ്ത്രമോ ആഭരണമോ അങ്ങനെ എന്തെ ങ്കിലും ?

സാറ: (ഒരു നിമിഷം മിണ്ടാതെ നിൽക്കുന്നു) ജയിക്ക്.. നതിങ് ...... they are totally nude.

ജോമോൻ ... നീ വിഷമിക്കാതിരിക്ക്.....നമുക്ക് പ്രതീക്ഷ കൈവിടാ തെ ഇരിക്കാം. ഞാൻ ഇതെല്ലാം അന്വേഷണത്തിന്റ ഭാഗമായാണ് നി ന്നോട് പറയുന്നത്. സോറി if I troubles you.

ജോമോൻ സാറ പറയുന്നത് കേട്ടു വിഷമിച്ചിരിക്കുകയാണ്. അതി നിടയിൽ സാറ അവിടുന്ന് ഇറങ്ങുന്നു.

ചാപ്റ്റർ 14

എസ് ഐ സഹദേവനും സാറയും അടങ്ങുന്ന സംഘം പോലീസ് കോൺഫറൻസ് റൂമിൽ ഇരിക്കുകയാണ്. റൂമിൽ പ്രോജക്റ്ററിൽ നിന്നു ള്ള വലിയ ഒരു ഇമേജ് തെളിഞ്ഞിരിക്കുന്നു. പ്രോജക്റ്ററ് വെളിച്ചത്തിന് എതിരായി നിന്ന് കൊണ്ട് സഹദേവൻ സംസാരിക്കുന്നു.

സഹദേവൻ: ഹലോ ഗൈസ്. ഇന്ന് നമ്മൾ ഒരു ടേണിംഗ്പോയിന്റിൽ

എത്തി നിൽക്കുകയാണ്. ഇനി ഇവിടെ മുതൽ ഉള്ള നമ്മുടെ നീക്കങ്ങൾ വളരെ സൂഷ്മമായിരിക്കണം

എന്നിട്ട് അയാള് സാറയെ നോക്കിക്കൊണ്ട് എന്തോ മനസ്സിൽ ഒളിപ്പിച്ചു വെച്ച് കൊണ്ട് പറഞ്ഞു.

നമ്മുടെ വ്യക്തിബന്ധങ്ങൾ കാരണം കേസിലെ ഡീറ്റയിൽസ് പുറമെ ഉള്ളവർ അറിയാതെ സൂക്ഷിക്കണം. പിന്നെ നമ്മൾ ഒരു ജോമോളുടെ കേസ് അന്വേഷിച്ചാണ് തുടങ്ങിയത്. കേസിന് പറയത്തക്ക തെളിവുകൾ ഒന്നും നമുക്ക് ഇതുവരെ കിട്ടിയില്ല. പക്ഷേ ഇപ്പോൾ അതിനു സമാനമായ മറ്റൊരു കേസ് കൂടി നമ്മുടെ മുന്നിൽ വന്നിരിക്കുന്നു.

സംസാരിക്കുന്നതിനിടയിൽ സഹദേവൻ പ്രൊജക്ടർ ഓൺ ചെയ്യുന്നു. പ്രൊജക്ടറിൽ രണ്ട് സ്ത്രീകളുടെ ശവശരീരങ്ങൾ വെള്ളത്തിൽ പൊന്തി കിടക്കുന്ന ചിത്രങ്ങൾ സഹദേവൻ അവരെ കാണിക്കുന്നു. അതിൽ ഒരു ശവശരീരം ഒരു ചാക്കിൽ കെട്ടിയ നിലയിലാണ്.

സഹദേവൻ : ഈ രണ്ടു ശവശരീരങ്ങളും നഗ്നമാണ്. ശരീരം ഏകദേശം പത്തു ദിവസത്തെ പഴക്കമുണ്ടാകും. വെള്ളത്തിൽ കിടന്നതിനാൽ ശരീരം ആകെ ചീർത്തിട്ടുണ്ട്. ചാക്കിൽ കെട്ടിയ ശവത്തിന്റ കൈകൾ മാറോടു ചേർന്ന് വെള്ളത്തിൽ കമഴ്ന്നു കിടക്കുന്നു. അതിന്റെ കൈകൾ വല്ലാതെ ബലം വെച്ചിരിക്കുന്നു. അതെപോലെ തന്നെ ആ ശവം വെള്ളത്തിൽ കുറച്ചു താഴ്ന്ന നിലയിൽ ആണ് കിടക്കുന്നത്.

ചിത്രത്തിൽ രണ്ടാമത്തെ ശവശരീരം തവള ചത്ത് പൊന്തുന്നത് പോലെ കൈകൾ രണ്ടുവശത്തേക്കും വെച്ച് വെള്ളത്തിൽ പൊങ്ങി കിടക്കുന്നു.

സഹദേവൻ: ഈ രണ്ടു ശവശരീരങ്ങൾ ആരുടേത് എന്നോ, നമ്മൾ അന്വേഷിക്കുന്നവരുടെതുമായി ബന്ധം ഉണ്ടോ എന്നോ ഉറപ്പിച്ചു പറയാൻ ഉള്ള യാതൊരു ശാസ്ത്രീയ തെളിവുകളും നമ്മുടെ കയ്യിലില്ല. പക്ഷേ തെളിവുകൾ മാത്രമാണ് സത്യം. അതുകൊണ്ട് തന്നെ നമ്മുടെ കയ്യിൽ ശാസ്ത്രീയമായ തെളിവുകൾ അത്യാവശ്യമാണ് ഈ കേസുമായി മുൻപോട്ടു പോകാൻ.

സോ എനി ഗസ് ?

കൂട്ടത്തിൽ ഉണ്ടായിരുന്ന ഹെഡ് കോൺസ്റ്റബിൾ അനിൽ പറഞ്ഞു.

സാർ... എന്തായാലും കോട്ടയത്ത് നിന്ന് കണ്ടത് ജോമോളുടേ ശവശരീരം ആയിരിക്കില്ല?

സഹദേവൻ: വൈ നോട്ട്?

അനിൽ എറണാകുളത്ത് നിന്ന് ബാംഗ്ലൂരിലേക്ക് വണ്ടി കയറിയ കു

ട്ടി റയിൽവേ സ്റ്റേഷനിൽ നിന്ന് ടിക്കറ്റ് എടുക്കുന്നത് നമ്മുടെ സിസി ടി വിയിൽ പതിഞ്ഞിട്ടുളളതാണ്. അതിനേക്കാൾ ഉപരി ആ കുട്ടിയുടെ മൊബൈൽ ഇപ്പോൾ ബാംഗ്ലൂരിൽ നിന്ന് കണ്ടെത്തിയിട്ടുമുണ്ട്.

സഹദേവൻ: (ആലോചിച്ചു കൊണ്ട്) maybe... എന്തുകൊണ്ട് കൃത്യം വേറെ ഒരു സ്ഥലത്ത് ചെയ്തിട്ട് ബോഡി അവിടെ കൊണ്ടുവന്നിട്ടുകൂടാ.(എല്ലാവരും ഒരു നിമിഷം മൗനം ആയിരുന്നു)

സാറ എനിതിങ് മോർ ?

സാറ ഒരു റിപ്പോർട്ട് എടുത്തു മേശപ്പുറത്ത് വെക്കുന്നു.

സാർ... എന്റെ അന്വേഷണത്തിൽ രണ്ടു ഇംപോർട്ടന്റ് കാര്യം ആണ് കിട്ടിയിരിക്കുന്നത്. പക്ഷേ ആ തെളിവുകൾക്ക് ഈ മരണങ്ങളെ തമ്മിൽ ബന്ധിപ്പിക്കുന്ന ഒന്നും കണ്ടെത്താൻ കഴിഞ്ഞിട്ടില്ല.

സഹദേവൻ: യൂ മീൻ ...ഈ രണ്ടു മരണങ്ങൾക്ക് തമ്മിൽ ഒരു ബന്ധവും ഇല്ല.?

സാറ: നോട്ട് Sure.. but the evidence clearly says, both are brutal assaulted killing .

രണ്ടുപേരുടെയും കൊലപാതകം തന്നെയാണ്. ഈ കൊലപാതകത്തിൽ നമുക്ക് കാണാൻ പറ്റുന്ന ഒരു സമാനത രണ്ടു ശരീരവും പൂർണ്ണ നഗ്നമായിരുന്നു. കൂടാതെ ശരീരത്തിലെ ആഭരണങ്ങൾ മോഷണം ചെയ്യപ്പെടുകയോ അല്ലെങ്കിൽ ഏതെങ്കിലും പ്രത്യേക കാരണത്താൽ ഊരിക്കളയുകയോ ചെയ്തിരിക്കുന്നു. അത് ചിലപ്പോൾ ഈ കൊലപാതകത്തിനു പിന്നിൽ സ്ത്രീ നഗ്നത ആസ്വദിക്കുന്ന ഒരു സൈക്കോപ്പാത്ത് ചിന്തകൾ വരെ ആയിരിക്കാം.

രണ്ടു ശവശരീരങ്ങളുടെയും മുഖം ഏകദേശം വികൃതമാക്കിയ നിലയിൽ ആണ് കാണപ്പെട്ടത്. അതായത് ഇരുമ്പ് റോഡ് കൊണ്ടോ അല്ലെങ്കിൽ ഇരുമ്പ് പോസ്റ്റ് പോലെയുള്ള അഞ്ച് ഇഞ്ച് വരെ വീതിയുള്ള കമ്പികളിൽ അവരുടെ മുഖം പലതവണ ഇടിച്ചിട്ടുണ്ട്. ഫേഷ്യൽ ബോണിലെ ഫ്രാക്ചറും സ്കിന്നിലെ ചതവും അത് വ്യക്തമായി കാണിക്കുന്നുണ്ട്. അതിൽ കൂടുതൽ സമാനതകൾ ഇതിൽ ഇല്ല. എന്നാൽ രണ്ടു ബോഡിയുടെയും മരണകാരണങ്ങൾ വളരെ വ്യത്യസ്തമാണ്.

കോട്ടയത്ത് നിന്ന് കിട്ടിയ ബോഡി ശ്വാസ കോശത്തിൽ വെള്ളം കയറി ശ്വാസം കിട്ടാതെ ആണ് മരണപ്പെട്ടിട്ടുള്ളത്.

ഒരുപക്ഷെ ആ കൊലയാളി ആ സ്ത്രീ മരണപ്പെട്ടു എന്ന് കരുതി ചാക്കിൽ കെട്ടി വെള്ളത്തിൽ ഉപേക്ഷിച്ചുകാണും. പാതി ബോധത്തിൽ വെള്ളത്തിൽ കിടന്നു ശ്വാസത്തിനു വേണ്ടിയുള്ള ശ്രമത്തിൽ ബോഡി

വെള്ളത്തിന് അടിയിലേക്ക് താഴുകയും വെള്ളം ലെംഗ്സിൽ കയറുകയും ചെയ്തിരിക്കാം. ഇത് സൈനൊസിസിന് കാരണം ആയിട്ടുണ്ട്. അതിന്റെ കൃത്യമായ തെളിവുകൾ ആ കുട്ടിയുടെ കണ്ണുകളും, ചുണ്ടിലും, കൈ നഖങ്ങളിലും നീലിമ കാണാം.

എന്നാൽ എറണാകുളത്തിനും ആലുവയ്ക്കും ഇടക്ക് നിന്ന് കിട്ടിയ ബോഡി മരണ ശേഷം ആണ് കുളത്തിൽ എറിയപ്പെട്ടിട്ടുള്ളത്. ബ്രീതിങ് ആദ്യമേ നിലച്ചതിനാൽ ലെങ്ങ്സിൽ ഉള്ള വെള്ളം കുറവും ആയിരുന്നു. പിന്നെ ഓക്സിജൻ കിട്ടാത്തതിന്റെ സൈനോസിസ് ലക്ഷണം ആ ബോഡിയിൽ ഇല്ലായിരുന്നു. കുറഞ്ഞ വശം ശരീരത്തിൽ ഉണ്ടായ ബ്ലീഡിംഗ് ആയിരിക്കാം അയാളുടെ മരണകാരണം.

അനിൽ : സാർ....ഇത് കേട്ടിടത്തോളം ആള് ഒരു സൈക്കോപാത്താണ്?. ജിഷ കൊലക്കേസ് പോലെ?

സഹദേവൻ: -well, any sexual abuse ?

സാറ: വജൈനൽ പെനിട്രേഷൻ രണ്ടിലും ഇല്ല. But there are some evidence of breast പ്രസിംഗ്, ചെസ്റ്റിനുചുറ്റും കൈകൊണ്ട് അമർത്തി പിടിച്ചത് പോലത്തെ ചില ബല പ്രയോഗങ്ങൾ.

പിന്നെ കോട്ടയത്ത് കണ്ട ബോഡിയിൽ തുടയെല്ലു പൊട്ടിയിട്ടുണ്ട്, തുടയിലും വജൈനയുടെ പുറം ഭാഗത്ത് എല്ലാം നഖം കൊണ്ടുള്ള പോറലുണ്ട്.

സഹദേവൻ സാറയുടെ വിശദീകരണം കേൾക്കും തോറും അസ്വസ്ഥൻ ആയികൊണ്ടിരുന്നു. അയാൾ പരിസരം മറന്നു ഉറക്കെ വിളിച്ചു പറഞ്ഞു.

ബാസ്റ്റഡ്സ്

സാറ: സാർ, എനിക്ക് ഒരു പലിനോളജിസ്റ്റിന്റെ ആവശ്യമുണ്ട്. കോട്ടയത്ത് നിന്ന് കിട്ടിയ ബോഡിയുടെ ലംഗ്സിൽ പൂമ്പൊടി പോലെ ഒരു വസ്തു കിട്ടിയിട്ടുണ്ട്. ചിലപ്പോൾ ഈ ചെറിയ വസ്തു ആയിരിക്കാം ഈ കേസ് തെളിയിക്കുന്നത്.

സഹദേവൻ : സാറ യൂ കാൻ പ്രൊസീഡ് എനി എക്സ്റ്റെൻ്റ് ആൻഡ് വി വിൽ ഗോ അവർ ലെവൽ ബെസ്റ്റ്.

സാറ ഈ സമയം മേശയിൽ ഇരുന്ന ഒരു ചെറിയ കവർ എടുത്തു വെളിച്ചത്തിന് എതിരെ ഉയർത്തിപ്പിടിച്ചു കൊണ്ട് പറഞ്ഞു.

സാറ: സാർ, This may be a golden signature of evidence.

ആലുവക്ക് അടുത്ത് നിന്ന് കിട്ടിയ ബോഡിയിൽ നഖത്തിന് ഇടയിൽ നിന്ന് കിട്ടിയ ഒരു കോട്ടൺ ഡ്രസിന്റെ നൂലുകൾ ആണ്. ഒരു കാക്കി ക

ളർ. നമ്മുടെ ഒക്കെ യൂനിഫോം ഇഴകൾ പോലത്തെ, അതായത് ഒരു ഡ്രൈവർ അല്ലെങ്കിൽ കാക്കി വസ്ത്രം ധരിച്ച വ്യക്തിയാണ് ഈ കൊല ക്ക് പിന്നിൽ എന്നാണ് എന്റെ ഒരു നിഗമനം. ബാക്കി എല്ലാം ഈ തെളി വുകളെ കൂട്ടി യോജിപ്പിക്കുന്ന സാഹചര്യങ്ങളാണ് വേണ്ടത്.

സഹദേവൻ: എക്സലന്റ് എനിവേ, നമ്മൾ ശരിയായ ദിശയിൽ ത ന്നെയാണ് പോയി കൊണ്ടിരിക്കുന്നത്. പക്ഷേ ഇനിയുള്ള നമ്മുടെ നീ ക്കം ഈ ടീം വിട്ടു പുറത്ത് പോകരുത്. പ്രത്യേകിച്ച് റോബിൻ നമ്മുടെ സംശയദൃഷ്ടിയിൽ ഉള്ളിടത്തോളം ജോമോളുടെ വീട്ടുകാർ ഈ കേസിൽ അതിരുകിടന്നു ഇടപെടാൻ സാഹചര്യം ഉണ്ടാക്കല്ലേ. അവർക്ക് കുറച്ചു രാഷ്ട്രീയ സ്വാധീനവും മറ്റും ഉള്ളവരാണ്. അവരുടെ ഇടപെടലുകൾ ചിലപ്പോൾ നമ്മുടെ പോക്കിന് തടസമാകും.

അദ്ധ്യായം 15

ബാംഗ്ലൂർ നഗരത്തിൽ ബാലമുരുകനും സംഘവും മാരിക്ക് പിന്നാ ലെ ഓടുകയാണ്. നഗരത്തിലെ ഓരോ ഊട് വഴികളും മാരിക്കു വളരെ പരിചിതമാണ്. മാരി ജനിച്ചതും വളർന്നതും ആ തെരുവോരങ്ങളിലായ യതു കൊണ്ടുതന്നെ ഒരു ചാട്ടുളി പോലെ അയാൾ ആ ഇരുട്ടിലേക്ക് മ റഞ്ഞു.

റിപ്പയറുടെ ശരീരത്തിൽനിന്ന് ചോര വാർന്നൊഴുകി. അയാൾ ആ കെ ക്ഷീണിതനായിരിക്കുകയാണ്. ആശുപത്രിയിൽ കൊണ്ടുപോകു ന്ന വഴിയിൽ അയാൾ പതിഞ്ഞ സ്വരത്തിൽ ആ പോലീസുകാരോട് പ റഞ്ഞു.

സാർ, അവനെ വിടല്ലെ. അവൻ കെ ആർ പുര കോളനിയിൽ ഉണ്ടാ കും. പക്ഷേ അവനെ അവിടുന്ന് കൊണ്ട് വരാൻ നിങ്ങൾക്ക് കഴിയുമോ എന്ന് എനിക്കറിയില്ല.?

ബാലമുരുകനും സംഘവും ആ ഇരുട്ടിൽ ഒരു ദിശയില്ലതെ ഓടുക യാണ്. അതിനിടയിൽ അയാളുടെ ഫോൺ അടിച്ചു കൊണ്ടിരുന്നു

ഇൻസ്പെക്ടർ ബാല ഫോൺ എടുത്തു. മറ്റേ തലക്കൽ റിപ്പയരുടെ ഒപ്പം പോയ പോലിസ്കാരനാണ്.

സാർ, മാരിയെ ഇനി ഇവിടെ തപ്പിയിട്ട് കാര്യമില്ല. അവൻ മിക്കവാ റും രക്ഷപ്പെട്ടു അവരുടെ കോളനിയിൽ എത്തിക്കാണും. കെ ആർ പുര കോളനിയിൽ. ഈ സമയത്ത് അയാളെ അവിടുന്ന് പിടികൂടാൻ ബുദ്ധി

മുട്ടായിരിക്കും. കേട്ടതനുസരിച്ചു നല്ല ആൾക്കൂട്ടം ഉള്ള കോളനിയാണത്. പോരാത്തതിനു എല്ലാ ക്രിമിനലുകളുടെ ഹബ്ബും. ചിലപ്പോൾ നമ്മൾ കുറച്ചു വിയർക്കും.

ബാലമുരുകൻ : താങ്ക്സ് ഫോർ ദി ഇൻഫർമേഷൻ . അവൻ കർണാടക പോലീസിന്റെ പവർ ഇന്നറിയും. ഏതു പാതാളത്തിൽ പോയാലും നേരം വെളുക്കുന്നതിന് മുന്നെ അവനെ നമ്മൾ പൊക്കിയിരിക്കും.

ബാലമുരുകൻ: ഒപ്പം ഉള്ള പോലിസുകാരെ വിളിച്ചു കാര്യം ധരിപ്പിച്ചു.

കെ ആർ പുര കോളനിയിൽ കയറിയാൽ പുറത്ത് വരാൻ അത്രക്ക് എളുപ്പമല്ല. ഒന്നുകിൽ ഇരുചെവിയും അറിയാതെ അവനെ പൊക്കി പുറത്ത് വരിക അല്ലെങ്കിൽ നമ്മുടെ പോലീസ് ജീവിതത്തിലെ ഏറ്റവും വലിയ പരീക്ഷണത്തിന് തയ്യാറാകുക.

ഒപ്പം ഉള്ള പോലിസുകാർ ആത്മവിശ്വാസത്തോടെ വർധിത വീര്യത്തോടെ പൂർണ്ണ സമ്മതത്തോടെ 'യെസ് സാർ' എന്ന് പറഞ്ഞു അയാളെ സല്യൂട്ട് ചെയ്തു.

സമയം ഏകദേശം പന്ത്രണ്ടു കഴിഞ്ഞു കാണും.ബാൽമുരുകനും ഒപ്പം വേറെ മൂന്നുപോലിസ്കാരും ചേർന്ന് കെ ആർ പുര കോളനിയിലേക്ക് യാത്ര തിരിച്ചു.

തലയിൽ ഒരു കെട്ടും മുണ്ടുമാണ് വേഷം. ബാലമുരുകൻ ഒരു സിഗരറ്റ് എടുത്തു കത്തിച്ചു കോളനിക്ക് ഉള്ളിലേക്ക് കയറി.

കോളനിയുടെ പുറത്തേക്കുള്ള രണ്ടു വഴിയിലും ഓരോ പോലീസുകാരെ അയച്ചു. ഒരാളെ തനിക്ക് ഒരു പത്തു മീറ്റർ പുറകെ നടക്കാൻ നിർദ്ദേശം കൊടുത്തു. അസ്വാഭാവികത തോന്നാതിരിക്കാൻ ഇൻസ്പെക്ടർ ബാലും സഹ പോലിസുകാരനും തങ്ങളുടെ കയ്യിൽ കുറച്ചു പലചരക്ക് സാധനം പിടിച്ചിരുന്നു..

കോളനിക്ക് ഉള്ളിൽ നിശ്ശബ്ദതയാണ്. ബാലമുരുകൻ ഉള്ളിലേക്ക് നടന്നു കയറും തോറും ചില ശബ്ദങ്ങൾ കേട്ടു തുടങ്ങി. കുറച്ചു ബൈക്കുകൾ അങ്ങോട്ടും ഇങ്ങോട്ടും പായുന്നുണ്ട്. അവരുടെ കയ്യിൽ മദ്യക്കുപ്പികൾ ഉണ്ട്.

ഒരു ബൈക്ക് ബാലമുരുകനെ കടന്നു പോയി. ബാലമുരുകൻ മുൻപോട്ടു നടന്നു. പെട്ടെന്ന് പോയ വണ്ടി സ്പീഡിൽ തിരികെ വന്നു ബാലമുരുകന് പിന്നാലെ വന്ന പോലീസുകാരന്റെ മുൻപിൽ നിർത്തി. എന്നിട്ട് അയാളോടു ചോദിച്ചു.

നീ ഏതാ?

പോലീസ് : ഞാൻ മാരി അണ്ണനെ പാക്കതെക്ക് ബെന്നർഘട്ടയിൽ നിന്ന് വന്തിട്ടിരിക്ക്. ഇതുക്ക് മുന്നാടി ഒരു വട്ടം മട്ടും ഇങ്കെ വന്തിരിക്ക്. ഇപ്പൊ വീട് എങ്കെ ഇരിക്ക് എന്ന് കൊഞ്ചം doubt ആച്.

ബൈക്കിൽ ഉള്ളവന് അയാളെ ഒന്ന് സൂക്ഷിച്ചു നോക്കി. എന്നിട്ട് അയാളുടെ കയ്യിലെ സാധനം ബലം പിടിച്ച് വാങ്ങി. എന്നിട്ട് പറഞ്ഞു.

തമ്പി സ്ട്രയിറ്റ് പോയി, റൈറ്റ് ടേൺ. അങ്കെ നാലാമത് വീട്.

അപ്പുറം ഇത് എങ്കൾക്ക്, വീട് കാണിച്ചു തന്നതിനുള്ള പ്രതിഫലം.

ആ പോലീസുകാരൻ കയ്യിലെ സാധനം അവർക്ക് കൊടുത്ത് മുൻപോട്ടു നടന്നു. ബാലമുരുകൻ മുൻപിൽ ഒന്നും അറിയാത്ത പോലെ ചുറ്റും നിരീക്ഷിച്ചു മുൻപോട്ടു നടന്നു നീങ്ങി. അങ്ങനെ അവർ പറഞ്ഞ നാലാമത്തെ വീട്ടിൽ എത്തി അവർ. വീടിന്റെ ഉള്ളിൽ അരണ്ട വെളിച്ചം ഉണ്ട്. വാതിൽ പതിയെ ചാരിയിട്ടുണ്ട്.

മാരി തറയിൽ ഇരുന്നു ചോറ് വാരി കഴിക്കുകയാണ്. അയാളുടെ ഭാര്യ അയാളുടെ അടുത്ത് ചോറ് വിളമ്പി കൊടുക്കുന്നുണ്ട്.

ബാലമുരുകനും പോലീസുകാരനും അയാളുടെ മുഖം കണ്ടു. അവർ ഉറപ്പിച്ചു അത് മാരി തന്നെ എന്ന്.

വാതിൽ തള്ളി തുറന്നു കയറാൻ ശ്രമിക്കാൻ തയ്യാർ എടുക്കുന്നതിന് ഇടയിൽ അവർ ദൂരെ നിന്ന് വരുന്ന ബൈക്കിന്റെ വെളിച്ചം കണ്ട് ഒന്ന് പുറകോട്ടു വലിഞ്ഞു. ആ ചേരി റോഡിലൂടെ ബൈക്ക് അങ്ങോട്ടും ഇങ്ങോട്ടും ചീറിപ്പായുന്നുണ്ട്.

പുറകോട്ടു വലിഞ്ഞ് നിന്ന ബാലമുരുകനും പോലീസുകാരനും ശ്വാസം അടക്കി പിടിച്ചുനിൽക്കുകയാണ്. അതും മാരിയുടെ വീടിന് പുറത്തെ ഭിത്തിയോട് ചേർന്ന് വളരെ ജാഗ്രതയോടെ അവർ നിൽക്കുകയാണ്.

പെട്ടെന്ന് ഒപ്പം ഉള്ള പോലീസുകാരന്റ ഫോൺ അടിച്ചു.

ഉള്ളിൽ നിന്ന് മാരി ആ ഫോൺ ശബ്ദം ശ്രദ്ധിച്ചു. ആ ശബ്ദം തന്റെ വീടിന്റെ ഭിത്തിയോട് ചേർന്നാണ് കേൾക്കുന്നത്.

ഫോൺ റിങ്ങ് ശ്രദ്ധിച്ച ശേഷം മാരി ഒരു നിമിഷം ഭക്ഷണം കഴിക്കുന്നത് നിർത്തി ചെവികൾ കൂർപ്പിച്ചിരുന്നു. ആ ഫോണിന്റെ ഉടമ അവിടെ തന്നെ നിൽക്കുകയാണ് എന്ന് മനസിലാക്കിയ അയാൾ തനിക്ക് വരാൻ പോകുന്ന അപകടം മണത്തു.

കഴിച്ചു കൊണ്ടിരുന്ന മാരി പാത്രങ്ങൾ എല്ലാം തട്ടിമാറ്റി എഴുന്നേറ്റു വീടിന്റെ പുറകു വശത്തെ വാതിൽ വഴി ഇറങ്ങി ഓടി.

വാതിൽ തള്ളി തുറന്നു ബാലമുരുകൻ അയാളെ പിന്തുടർന്നു.

ഒപ്പം ഉണ്ടായിരുന്ന പൊലിസുകാരൻ ഫോണിൽ കൂടെ ഒപ്പം ഉണ്ടായിരുന്നവരോട് കോളനിയുടെ വലതു വശത്തെ പുറത്തേക്കുള്ള പൊതു വഴി ബ്ലോക്ക് ചെയ്യാൻ നിർദേശം കൊടുത്തു കൊണ്ട് മാരിയുടെ പുറകെ അയാളും ഓടി.

അതിനിടയിൽ മാരിയുടെ ഭാര്യ അലറി വിളിച്ചു ഒച്ചയുണ്ടക്കി കോളനി മുഴുവൻ ഉണർത്തി. മാരി കോളനിയുടെ വലതു വശത്തെ വഴി ലക്ഷ്യമാക്കി ഓടുകയാണ്. അയാളുടെ പുറകിൽ പോലീസും ഉണ്ട്.

പെട്ടെന്ന് ബൈക്കിൽ അവിടെ ചുറ്റി കൊണ്ടിരുന്നവർ മാരിക്ക് പിന്നാലെ ഓടുന്ന പോലീസുകാരന്റെ പിന്നാലെ വന്നു വലിയ ഒരു ഇരുമ്പുദണ്ഡ് ഉപയോഗിച്ച് അയാളുടെ പുറത്ത് അടിച്ചുവീഴ്ത്തി.

വേദനയിൽ അയാൾ 'സാർ' എന്ന് ഉറക്കെ വീണിത്തു കിടന്നു വിളിച്ചു.

വിളികേട്ട ബാലമുരുകൻ ഓട്ടം നിർത്തി ഒരു നിമിഷം പുറകോട്ടു നോക്കിയപ്പോൾ അവിടെ കണ്ട കാഴ്ച അയാളെ വല്ലാതെ ഞെട്ടിച്ചു കളഞ്ഞു.

ഇൻസ്പെക്ടർ ബാല ഒരു നിമിഷം എന്തോ ആലോചിച്ചിട്ട് ഫോൺ എടുത്ത് മറ്റുള്ള പോലിസുകാരോട് പറഞ്ഞു.

അവനെ ഒരു കാരണവശാലും വിടരുത്. അവൻ ഓടി എത്തുന്നത് നിങ്ങളുടെ കയ്യിലായിരിക്കും.

മാരി വളരെ വേഗത്തിൽ ഓടി കൊണ്ടിരിക്കുകയാണ് . അയാൾ ഓടിക്കിതച്ച് കോളനിയുടെ പുറത്തേക്കുള്ള വഴിയുടെ അടുത്ത് എത്തുന്നു. പെട്ടെന്ന് കുറച്ചുപേർ അയാൾക്ക് എതിരായി ആ വഴിയിൽ നിൽക്കുന്നത് മാരി കാണുന്നു. വഴിയിൽ തന്നെ പിടിക്കാൻ നിൽക്കുന്ന ആ പോലീസുകാരെ കണ്ട് മാരി ഞെട്ടി.

എന്നാൽ പുറകിൽ തെളിഞ്ഞ ബൈക്കുകളുടെ വെളിച്ചം കണ്ട അയാളുടെ മുഖത്ത് ഒരു ആത്മവിശ്വാസവും പെട്ടെന്നുണ്ടാകുന്നു. അതുവരെ പേടിച്ച് പ്രതീക്ഷ നഷ്ടപെട്ട മാരിയുടെ മുഖത്തു ഒരു ചിരി വിടർന്നു. ആ ചിരിയിൽ ക്രൂരതയും പകയും ഒക്കെ അടങ്ങിയിരുന്നു. തനിക്ക് പിറകിൽ കോളനി മുഴുവനുണ്ട് എന്നുകണ്ട അയാൾ ഓടി ചെന്ന് ആ പോലിസുകാരെ ആക്രമിക്കാൻ ശ്രമിക്കുന്നു.

ഈ സമയം ബാലമുരുകനും ചുറ്റും ബൈക്കിൽ അക്രമികൾ വട്ടം കറങ്ങി കൊണ്ടിരുന്നു. ഒപ്പമുള്ള പോലിസുകാരൻ വേദന കൊണ്ട് നിലത്ത് കിടന്നു പുളയുന്നുണ്ട്. പെട്ടെന്ന് കോളനി മൊത്തം ഇളകി ബാൽമുരുകനും ആ പോലിസുകാരനും ചുറ്റും കൂട്ടം കൂടി.

ഒരു നിമിഷം പകച്ചു നിന്ന ബാലമുരുകൻ പെട്ടെന്ന് തന്റെ പോലീസ് ബെൽറ്റ് ഊരി തലങ്ങും വിലങ്ങുമായി വീശാൻ തുടങ്ങി. അതിനിടയിൽ താഴെ വീണ പൊലിസ്ക്കാരൻ ഒരു ബൈക്കുകാരന്റെ കാലിൽ പിടിച്ചു അയാളെ താഴേക്ക് വലിച്ചിട്ടു.പിന്നെ അവിടെ പോലീസും ചേരിയിലെ ആൾക്കാരും തമ്മിൽ ഉള്ള ഒരു പൊരിഞ്ഞ സംഘട്ടനം ആയിരുന്നു.

കുറച്ചു സമയത്തെ ബലപ്പിടുത്തത്തിന് ശേഷം മാരിയെയും ബൈക്ക് സംഘത്തെയും പോലീസ് പരാജയപ്പെടുത്തി. അവർ മാരിയെ വിലങ്ങു വെച്ച് കൊണ്ട് പോകാൻ ശ്രമിക്കുമ്പോൾ കോളനിയിലെ ആൾക്കാർ അവർക്കുനേരെ ആക്രമിക്കാൻ ഓടി കൂടി.

ബാലമുരുകൻ പെട്ടെന്ന് അരയിൽ സൂക്ഷിച്ചിരുന്ന തോക്ക് എടുത്തു അവർക്ക് എതിരെ ചൂണ്ടി.ഉടൻ മറ്റുള്ള പൊലിസുകാർ തങ്ങളുടെ കയ്യിൽ ഉള്ള തോക്കെടുത്ത് മാരിയുടെ കഴുത്തിന് വെച്ച് മുൻപോട്ടു നടന്നു നീങ്ങി. അതിനിടയിൽ ബാലമുരുകൻ ഉറക്കെ വിളിച്ചു പറഞ്ഞു.

എല്ലാവരും കേൾക്കാനാണ്, ഇവൻ ഒരു ക്രിമിനൽ കുറ്റം ചെയ്തിട്ടുണ്ട്. അത് തെളിയിക്കാനാണ് ഇവനെ ഞങ്ങൾ കൊണ്ട് പോകുന്നത്. തടയാൻ ശ്രമിച്ചാൽ ആരായാലും എനിക്ക് ആയുധം പ്രയോഗിക്കേണ്ടിവരും. ജീവനിൽ കൊതിയുള്ളവർ വഴി മാറുക.

ബാലമുരുകൻ തോക്ക് ചൂണ്ടി മുൻപിൽ നടന്നു. കോളനിക്കാർ പേടിച്ച് റോഡിന്റെ ഇരു വശത്തേക്കും മാറി. പോലീസ് മാരിയെക്കൊണ്ട് ജീപ്പിൽ കയറി വേഗത്തിൽ പോയി.

അദ്ധ്യായം 16

പതിനഞ്ചു ദിവസത്തിന് ശേഷം റോബിൻ സഞ്ചരിച്ച KL 07 A 1717 എന്ന കാറിനെ കുറിച്ച് കേരള പോലീസിന് വിവരം ലഭിച്ചു.

കാർ ഇടുക്കി ചെക്ക് പോസ്റ്റ് കടന്നു കഴിഞ്ഞപ്പോഴാണ് അവിടുത്തെ പോലീസ് ഈ നമ്പർ ശ്രദ്ധിക്കുന്നത്. റോബിൻ മിസ്സ് ആയ അന്ന് മുതൽ തന്നെ ഇൻഫർമേഷൻ എല്ലായിടത്തും പാസ്സ് ആയതാണ്. കാർ നമ്പർ തിരിച്ചറിഞ്ഞ ചെക്ക് പോസ്റ്റ് പോലീസ് കാർ നിർത്താൻ പറഞ്ഞത് റോബിൻ ശ്രദ്ധിച്ചില്ല. റോബിൻ കാർ എടുത്തു മുൻപോട്ടുനീങ്ങി. ഇടുക്കി പോലീസ് അയാളെ പിന്തുടർന്നു. പോലീസ് തന്നെ പിന്തുടരുന്നത് മനസ്സിലാക്കിയ റോബിൻ പരിഭ്രാന്തനായി. അയാൾ തന്റെ

വാഹനത്തിന്റെ വേഗത വർദ്ധിപ്പിച്ചു.

റോബിനെയും അയാളുടെ വാഹനവും തിരിച്ചറിഞ്ഞപ്പോൾ ഇടുക്കി പോലീസ് എസ് ഐ സഹദേവന് ഇൻഫേർമേഷൻ കൈമാറി. എന്നാൽ സഹദേവൻ അവരോടു ഇപ്പോൾ റോബിനെ പിന്തുടരണ്ട എന്നും അയാളുടെ നീക്കം നിരീക്ഷിക്കാൻ എല്ലാ പോലീസ് സ്റ്റേഷനിലും ചെക്ക് പോസ്റ്റുകളിലും നിർദ്ദേശം നൽകുകയും ചെയ്തു.

സഹദേവന്റെ നിർദ്ദേശം അനുസരിച്ചു റോബിനെ പിന്തുടർന്ന ആ പോലീസ് വാഹനം വേഗത അല്പം കുറച്ചു റോഡ് സൈഡിലേക്ക് മാറ്റിയിട്ടു. എന്നിട്ട് വയർലസ് ഫോൺ എടുത്തു ഇൻഫർമേഷൻസ് അടുത്ത പോലീസ് സ്റ്റേഷനിലേക്ക് പാസ്സ് ചെയ്തു.

റോബിൻ വളരെ വേഗത്തിൽ ഓടിച്ചു പോകുമ്പോൾ കേരള പോലീസ് ഓരോ സ്ഥലത്തും അയാൾക്കുള്ള വലകൾ വിരിച്ചു കൊണ്ടിരുന്നു. അയാളുടെ ഓരോ നീക്കങ്ങളും പോലീസിന്റെ സൂക്ഷ്മ നിരീക്ഷണത്തിലായിരുന്നു.

പോലീസ് അയാളെ പിന്തുടരുന്നത് അവസാനിച്ചപ്പോൾ റോബിന് കുറച്ചു സമാധാനം ആയതാണ്. എന്നാൽ റോബിൻ തന്റെ കാർ ഓടിച്ചു വീടിന് അടുത്ത് എത്താൻ ആയപ്പോൾ അയാൾക്ക് വീണ്ടും എന്തോ പന്തികേടു തോന്നിത്തുടങ്ങി. തന്റെ കാറിന്റെ മിററിൽ അവ്യക്തമായി അയാൾ കണ്ടു ഒരു പോലീസ് ജീപ്പ് അയാളെ പിന്തുടരുന്നത്.

എന്നാൽ റോബിന്റെ കാർ അയാളുടെ വീട് ലക്ഷ്യമാക്കി മുൻപോട്ട് നീങ്ങി. റോബിൻ കാറിൽ ഇരുന്നുകൊണ്ടുതന്നെ കണ്ടു തന്റെ വീടിന് മുൻപിൽ ഒരു ജനക്കൂട്ടം. അയാളുടെ ഉള്ളിൽ ചെറിയ ഭയവും വിറയലും ഉണ്ടാകാൻ തുടങ്ങി. താൻ കുടുങ്ങിയിരിക്കുന്നു. പുറകിൽ പോലീസ് മുൻപിൽ ജനം. അയാൾ കാറിനുള്ളിൽ തളർന്നിരുന്നു.

പോലീസ് വാഹനം മുൻപോട്ടു നീങ്ങി അടുത്ത് വരുന്നുണ്ട്. ആൾക്കൂട്ടത്തിനിടയിൽ റോബിന് ജോമോനെയും കൂട്ടുകാരെയും നാട്ടുകാരെയും എല്ലാം കാണാം. റോബിന്റെ കാർ കണ്ടതും ജോമോൻ പൊട്ടിക്കരഞ്ഞു. എന്നിട്ട് തലയിൽ കൈ വെച്ച് കൊണ്ട് പറഞ്ഞു.

ടാ, മോനെ എന്നാലും നീ ഇത് ചെയ്തല്ലോ ?

ജോമോനെ കണ്ടതും റോബിൻ ആകെ വിറക്കാൻ തുടങ്ങി. അവൻ വണ്ടിയുടെ ഗിയർ മാറ്റി. എന്നിട്ട് ക്ലച്ച് പിടിച്ച് ആക്സിലേറ്ററിൽ ചവിട്ടി വണ്ടി ഇരപ്പിച്ച് കൊണ്ട് ആൾക്കാരോട് വഴിയിൽ നിന്ന് മാറാൻ ഉള്ള സൂചന നൽകി.

അവൻ ഫ്രണ്ട് മിററിൽ കൂടെ പോലീസ് ജീപ്പ് അവനോടു അടുക്കുന്നത് ശ്രദ്ധിച്ചു.

മുൻപിൽ ജോമോനും കൂട്ടുകാരും നിൽക്കുന്നുണ്ട്. പെട്ടെന്നവൻ ഗിയർ മാറ്റി വഹനം വളരെ വേഗത്തിൽ മുൻപോട്ടു എടുത്തു.

റോബിൻ വണ്ടിയുടെ സ്പീഡ് കൂട്ടുന്നത് കണ്ട പോലീസ് വേഗത്തിൽ അവനെ പിന്തുടർന്നു. അവിടെ കൂടിയിരുന്ന ജനക്കൂട്ടം പേടിച്ചു നാലുഭാഗത്തേക്കും ചിതറി ഓടി.റോബിൻ രക്ഷപ്പെടാൻ ഉള്ള തയ്യാർ എടുപ്പിൽ ആണ്. റോബിൻ രക്ഷപ്പെടാതിരിക്കാൻ ഉടൻ പോലീസ് ഈ മെസേജ് മറ്റു പോലീസ് യൂണിറ്റുകൾക്ക് കൈമാറി. റോബിൻ പേടിച്ചിരുന്നു. അയാൾ പോലീസിനു പിടി കൊടുക്കാതെ ഇരിക്കാൻ വളരെ വേഗത്തിൽ വണ്ടി ഓടിച്ചു കൊണ്ടിരുന്നു. പോലീസ് അയാളെ പിന്തുടർന്ന് കൊണ്ടിരുന്നു. എന്നാൽ കുറച്ചു നേരത്തെ ചേസിങ്ങിന് ശേഷം പോലീസ് റോബിനെ കീഴ്പ്പെടുത്തുന്നു.

അറസ്റ്റിലായ റോബിന് ഒരു ഭാവ വ്യത്യാസവുമില്ല . അയാൾ ആകെ നിർവ്വികാരൻ ആണ്.പോലീസ് ചോദിക്കുന്ന ഒരു ചോദ്യങ്ങൾക്കു അയാൾ മറുപടി കൊടുക്കാൻ തയ്യാറായില്ല.

പോലീസ് മെഡിക്കൽ പരിശോധനക്ക് ശേഷം റോബിനെ സ്വന്തം വീട്ടിലേക്ക് തെളിവെടുപ്പിനായി കൊണ്ട് വന്നു. അവന്റെ കയ്യിൽ വിലങ്ങണിയിച്ചിട്ടുണ്ട്. റോബിൻ തല താഴ്ത്തി പോലീസിന് ഒപ്പം മുന്നോട്ട് നടന്നു.

റോബിനെ കണ്ടതും അമ്മച്ചി വിങ്ങിപ്പൊട്ടാൻ തുടങ്ങി. ദുഃഖം കടിച്ചമർത്തി അവനോട് ചോദിച്ചു,

"മോനെ എങ്ങനെ തോന്നി നിനക്ക് ഇങ്ങനെയൊക്കെ ചെയ്യാൻ"

റോബിൻ ഒന്നും മിണ്ടിയില്ല. ജോമോന്റെ അടുത്ത് എത്തിയപ്പോൾ റോബിൻ തല ഒന്നുയർത്തി അവന്റെ മുഖത്തേക്ക് നോക്കി.

റോബിനെ കണ്ടതും ജോമോൻ പൊട്ടിക്കരയാൻ തുടങ്ങി. ജോമോന്റെ കരച്ചിൽ കണ്ടപ്പോൾ റോബിന്റ നിർവികാർമായ കണ്ണുകളിൽ നിന്ന് കണ്ണുനീർ പൊടിയാൻ തുടങ്ങി. വിലുങ്ങുകൾ ഉള്ള കൈകൾ കൊണ്ട് അവൻ തന്റെ കണ്ണുനീർ തുടച്ചു പോലീസിനൊപ്പം നടന്നു നീങ്ങി.

പോലീസ് റോബിന്റെ റൂമിൽ സംശയാസ്പദമായ കണ്ട സാധനങ്ങൾ എല്ലാം കൂടുതൽ അന്വേഷണങ്ങൾക്കു വേണ്ടി എടുത്തു. പക്ഷേ പോലീസ് ചോദിച്ച ചോദ്യങ്ങൾക്കൊന്നും അവൻ ഉത്തരം നൽകിയില്ല. നിർവ്വികാരനായി, മൗനിയായി റോബിൻ അവരുടെ മുൻപിൽ നിന്നു.

റോബിനെ പോലീസ് വാഹനത്തിൽ കയറ്റാൻ ശ്രമിക്കുമ്പോൾ ജോ

മോന്റെ ചില കൂട്ടുകാരും നാട്ടുകാരും രോഷം മൂത്തു അവനെ കയ്യേറ്റം ചെയ്യാൻ ശ്രമിച്ചു. എന്നാൽ പോലീസ് അയാളെ അവിടെ നിന്ന് രക്ഷപ്പെടുത്തി പോലീസ് വാഹനത്തിൽ കയറ്റി കൊണ്ടുപോയി.

വാഹനത്തിൽ ഇരുന്നു അവൻ ഓരോ വ്യക്തികളുടെയും ആവേശവും ആക്രോശവും നിർവ്വികാരനായി നോക്കിക്കൊണ്ടിരുന്നു. പോലീസ് ജീപ്പ് അയാളെയും കൊണ്ട് ആ ആൾക്കൂട്ടത്തിനിടയിൽക്കൂടെ മുൻപോട്ടു നീങ്ങി.

അദ്ധ്യായം 17

ഈ സമയം മാരിയെ ബാലമുരുകനും സംഘവും പോലീസ് സ്റ്റേഷനിൽ എത്തിച്ചു. അയാൾ ആകെ ക്ഷീണിതനാണ്. അയാളുടെ തവിട്ട് നിറമുള്ള ശരീരത്തിൽ വിയർപ്പും ചെളിയും ഒലിച്ചിറങ്ങിയ പാടുകളുണ്ട്. കഴിഞ്ഞ ദിവസം പോലീസുമായി ഉണ്ടായ മൽപ്പിടുത്തത്തിൽ അയാളുടെ വസ്ത്രത്തിന്റെ ചില ഭാഗങ്ങൾ കീറിയിട്ടുണ്ട്. അയാളുടെ വെട്ടിയൊതുക്കാത്ത മുടി കണ്ണുകൾക്ക് മുകളിലേക്ക് വീണു കിടക്കുന്നുണ്ട്. ഒട്ടിയ കവിളും മെല്ലിച്ച ശരീരവുമുള്ള അയാളുടെ കണ്ണുകളിൽ നിരാശയും സങ്കടവും നിസ്സഹായതയും നിഴലിച്ചു നിൽക്കുന്നുണ്ട്.

അയാളുടെ മുഖത്തും നെഞ്ചത്തും ഇന്നലത്തെ മൽപ്പിടുത്തത്തിലുണ്ടായ മുറിവുകളിലെ രക്തം കട്ടപിടിച്ചിരുന്നു.

ബാലമുരുകനും സംഘവും കേരളത്തിൽ നിന്നെത്തിയ പോലീസ് സംഘവുമായി മാരിയെ ചോദ്യം ചെയ്യാൻ പോലീസ് സെല്ലിൽ ഇരുത്തിരിക്കുന്നു.

സമയം രാവിലെ ഒരു എട്ടു മണി ആയിക്കാണും.പുറത്ത് മഞ്ഞു വീഴ്ചകുറയാൻ തുടങ്ങിയിരിക്കുന്നു. എന്നാലും കോട കാരണം ദൂര ക്കാഴ്ചകൾ വ്യക്തമല്ല. ഒരു പോലീസുകാരൻ മാരി ഇരിക്കുന്ന ഡെസ്കിൽ ഒരു ഗ്ലാസ് ചായ കൊണ്ട് വെച്ചു. എന്നിട്ട് ആ പോലീസുകാരൻ പറഞ്ഞു.

“ഇന്നലെ മൊത്തം ഞങ്ങളെ ഓടിച്ചതല്ലെ, കുടിക്ക്... നല്ല ക്ഷീണം കാണും. ഇനി നീ ഒറ്റക്കാണ് ഒടേണ്ടത്, ഞങ്ങൾ വെറും കാഴ്ചക്കാർ മാത്രമാണ്. വേഗം കുടി തമ്പി... സാർ ഇപ്പൊ വരും.”

മാരി തന്റെ കണ്ണിലേക്ക് വീണു കിടക്കുന്ന മുടിയുടെ ഇടയിലൂടെ ആ പോലീസുകാരനെ ഒന്ന് നോക്കി. പോലീസുകാരന് അവന്റെ നോ

ട്ടം അത്രക്ക് ഇഷ്ടപ്പെട്ടില്ല. അയാൾ കയ്യും ഓങ്ങി അവനെ തല്ലാൻ അടുത്തപ്പോൾ ഒരു ബൂട്ട് ശബ്ദം ശ്രദ്ധിച്ചു.ആ റൂമിനെ ലക്ഷ്യം ആക്കി നടന്നു വരുന്നു ഒരു ബൂട്ട് ശബ്ദം. അത് കേട്ടതും ആ പോലീസുകാരൻ മാരിയുടെ തലയിൽ ഒരു അടി കൊടുത്തിട്ട് അവിടുന്ന് പുറത്തേക്കിറങ്ങിപ്പോയി.

എസ് ഐ ബാലമുരുകനും കേരള പോലീസിൽ നിന്നുള്ള സിജു എന്ന പോലീസുകാരനും ആ റൂമിൽ കയറി. മാരി നിർവ്വികാരതയോടെ ഇരിക്കുകയാണ്. ബാലമുരുകൻ അവിടെ ഇരുന്ന ഒരു കസേര വലിച്ചിട്ട് അയാൾക്ക് ആമുഖമായി ഇരുന്നു. കസേര വലിക്കുന്ന ശബ്ദം കേട്ട് മാരി ഒന്ന് ഞെട്ടി അവരെ നോക്കി. മാരിയുടെ ഞെട്ടൽ കണ്ട ബാലമുരുകൻ മീശ പിരിച്ച് ചെറുതായി ചിരിച്ചു കൊണ്ട് ചോദിച്ചു.

“നിനക്ക് പോലീസിനെ അത്രക്ക് പേടിയാണോ.”

സിജു ഒരു പരിഹാസത്തോടെ പറഞ്ഞു, ഉണ്ടാകും സാറേ. അത് കൊണ്ടാണല്ലോ ഇന്നലെ നമുക്ക് പണിയുണ്ടായത്.

അതിനിടയിൽ എസ്.ഐ. ബാലയുടെ മുഖഭാവം പെട്ടന്ന് മാറി. അയാൾ കസേരയിൽ നിന്ന് എണീറ്റ് ഡെസ്കിന്റെ മുകളിൽ കയറി ഇരുന്നു. എന്നിട്ട് പറഞ്ഞു.

ഡേ, തമ്പി മാരി. നീ സത്യം പറയുകയാണെങ്കിൽ എന്റെ ജോലി എളുപ്പമാണ് എനിക്ക് നിന്നെ തല്ലാനും ഉപദ്രവിക്കാനും തീരെ താല്പര്യം ഇല്ല. നീ സത്യം പറഞ്ഞു കഴിഞ്ഞാൽ എന്റെ ജോലി കഴിഞ്ഞു. (എന്നിട്ട് സിജുവിന്റെ നേരെ തിരിഞ്ഞ് കൊണ്ട് പറഞ്ഞു.) അതേപോലെ സിജു സാറിന് കേരളത്തിലേക്കും വേഗം പോകാം. പക്ഷേ നീ സത്യം പറയണം.

മാരി: സാർ എനിക്ക് എന്നുമേ തെരിയാത്. നിജമാ, നാൻ ഏതും സെയ്യലാ സാർ ..

സിജു: നീ ഒന്നും ചെയ്തിട്ടില്ലെങ്കിൽ കേരളത്തിൽ നിന്ന് ബാംഗ്ലൂരിൽ വന്ന ഒരാളുടെ ഫോൺ നിന്റെ കയ്യിൽ എങ്ങനെ വന്നു. അത് കേട്ടതും മാരിയുടെ മുഖം വിളറി. അയാൾ മുഖം കുനിച്ചു കൊണ്ട് പറഞ്ഞു “എനിക്കൊന്നും അറിയില്ല സാർ”

അത് കേട്ടതും ബാലമുരുകൻ ഡെസ്കിന് മുകളിൽ ഇരുന്ന ചായ അവന്റെ മുഖത്തേക്കൊഴിച്ചിട്ട് നീണ്ടു കിടക്കുന്ന മുടിക്കുത്തിൽ പിടിച്ച് ശബ്ദം ഉയർത്തി ചോദിച്ചു.

“പറയെടാ നായെ, നിനക്ക് അറിയില്ലെങ്കിൽ പിന്നെ എങ്ങനെ അവരുടെ ഫോൺ നിന്റെ കയ്യിൽ വന്നു.”

മാരി അയാളിൽ നിന്ന് കുതറി മാറാൻ ശ്രമിച്ചു എന്നിട്ട് ഉറക്കെ ശബ്ദത്തിൽ പറഞ്ഞു.

എനക്ക് തെരിയാത് സാർ, തെരിയാത്, തെരിയാത്. ഒന്നുമേ തെരിയാത് സാർ .

എന്നിട്ട് സ്വന്തം തലയിൽ കൈ കൊണ്ട് ഇടിച്ചു കൊണ്ട് പറഞ്ഞു.

കടവുളെ, എന്ന ഫോൺ സാർ... എന്നാലെ ആരെയും കൊല്ല മുടിയാത് സാർ. അയാൾ വിതുമ്പിക്കൊണ്ട് പറഞ്ഞു. സാർ, നാൻ നിറയെ തപ്പു പണ്ണയിറിക്കെ. അതെല്ലാം പശിയാലെ. ആനാൽ എനക്ക് ആരെയും കൊല്ല മുടിയാതു സാമി.

ബാലമുരുകൻ സിജുവിന്റെ മുഖത്തേക്ക് നോക്കുന്നു. മാരി പേടിച്ച് കൈകൂപ്പി കസേരയിൽ നിന്നിറങ്ങി തറയിൽ ഇരിക്കുകയാണ്.

എസ് ഐ ഒരു കോൺസ്റ്റബളിനെ വിളിച്ചു, എന്നിട്ട് എന്തോ നിർദ്ദേശം കൊടുക്കുന്നു. ഒരു നിമിഷത്തിന് ശേഷം ആ പോലീസ്കാരൻ മാരിയുടെ മുന്നിലെ ഡെസ്കിൽ ഒരു കവറിൽ സീൽ ചെയ്ത ഒരു മൊബൈൽ കൊണ്ട് വന്നു വെക്കുന്നു. അത് കണ്ടതും മാരിയുടെ മുഖത്ത് ഒരു ഭയം നിഴലിക്കാൻ തുടങ്ങി. അയാള് എഴുന്നേറ്റു നിന്ന് ആ മൊബൈൽ സൂക്ഷ്മമയി നോക്കി നിൽക്കുമ്പോൾ അയാളുടെ ചെവികളിൽ ആരോ അങ്ങോട്ട് നടന്നു വരുന്ന കാല്പാദത്തിന്റെ ശബ്ദം കേൾക്കാമായിരുന്നു.

ആ കാലടി ശബ്ദം അടുത്തുവന്നു മാരിയുടെ മുന്നിൽ വന്നു നിന്നു. മാരി അയാളെ കണ്ടതും ആകെ നടുങ്ങി. പെട്ടെന്ന് അയാളുടെ ചുണ്ടിൽ ആ പേര് അറിയാതെ ഉച്ചരിച്ചു.

റിപ്പയർ....

ഇൻസ്പെക്ടർ ബാല ഒരു പരിഹാസം കലർന്ന ചിരിയോടെ പറഞ്ഞു.

മാരിക്ക് ഈ മൊബൈലും അറിയില്ല, ഇയാളെയും അറിയില്ല എന്ന് ഞാൻ വിശ്വസിക്കാം. പക്ഷേ ഇയാളും കൂടി പറയണം ഇയാൾക്ക് മാരിയെ അറിയില്ല എന്നും.

ബാലമുരുകൻ റിപ്പയരുടെ നേരെ തിരിഞ്ഞുകൊണ്ട് ചോദിച്ചു. ഒറ്റ ചോദ്യം. നിങ്ങൾക്ക് ഇയാളെ അറിയുമോ ?

റിപ്പയർ ചെറിയ പേടി കലർന്ന സ്വരത്തിൽ പറഞ്ഞു, അറിയാം സാർ.

ബാല: എങ്ങനെ ?

റിപ്പയർ ഡെസ്കിലിരിക്കുന്ന മൊബൈൽ ചൂണ്ടിക്കാണിച്ചുകൊണ്ട് പറഞ്ഞു: ഇയാൾ ആണ് ഈ മൊബൈൽ എന്റെ കടയിൽ കൊണ്ട് വന്നു തന്നത്.

ബാലമുരുകൻ: ഗുഡ്, ഇനി നിങ്ങൾക്ക് പോകാം. പിന്നെ പേരും ഉയിരും ഇല്ലാത്തവരുടെ കയ്യിൽ നിന്ന് സാധനങ്ങൾ വാങ്ങി ലാഭം ഉണ്ടാക്കാൻ ആണ് ഇനിയും നിങ്ങളുടെ ഉദ്ദേശമെങ്കിൽ വൈകാതെ നിങ്ങളും ഇതേ പോലെ ഏതെങ്കിലും കേസിൽ കുടുങ്ങി വല്ല ജയിലിലും എത്താൻ അധികം താമസം ഉണ്ടാകില്ല. So be careful.

റിപ്പയർ തല താഴ്ത്തി അയാളെ ഒന്ന് നോക്കിക്കൊണ്ട് അവിടുന്നിറങ്ങി നടന്നുനീങ്ങി.

റിപ്പയർ അവിടുന്ന് ഇറങ്ങിയ ശേഷം സിജുവും ബാലുവും മാരിയുടെ അടുത്തേക്ക് വന്നു.

സിജു: ഇപ്പൊ നിനക്ക് മനസ്സിലായോ ഏതു മൊബൈൽ , ഏതു കൊലപാതകം. ഇനി സത്യം പറ.

മാരി : സാർ... ഈ മൊബൈൽ വിറ്റത് ഞാൻ ആണ് പക്ഷേ ഞാൻ ആരെയും കൊന്നിട്ടില്ല.

മാരി അത് പറഞ്ഞു തീരുന്നതിനു മുൻപ് ഇൻസ്പെക്ടറുടെ കൈ അയാളുടെ കരണത്തിൽ പതിഞ്ഞു.

ബാലമുരുകൻ : ആദ്യം നിനക്ക് മൊബൈൽ അറിയില്ല, ഇപ്പൊ നിനക്ക് മൊബൈൽ അറിയും. രണ്ടെണ്ണംകൂടി കിട്ടുമ്പോളേ നീ ഓർക്കുകയുള്ളൂ, എങ്ങനെയാ അവരെ കൊന്നത് എന്നും.

മാരി : സാർ... സത്യമായിട്ടും ഞാൻ ആരെയും കൊന്നിട്ടില്ല. എനിക്ക് അതിനു കഴിയില്ല സാർ. ചെറിയ മോഷണവും പിടിച്ചു പറിയോക്കെ ഞാൻ ചെയ്തിട്ടുണ്ട്. പക്ഷേ ഒരാളെ കൊല്ലാൻ... (അയാള് വിതുമ്പുന്നു)

സിജു: സമ്മതിച്ചു. എന്നാൽ നീ സത്യം പറ ഈ മൊബൈൽ നിനക്ക് എവിടുന്നു കിട്ടി?. ഒരു മിസ്സിംഗ് കേസ് അന്വേഷണത്തിലാണ് ഞങ്ങൾ. അതായത് നീ വിറ്റ ഈ മൊബൈലിന്റെ ഉടമയെ കുറിച്ചുള്ള അന്വേഷണം ഒന്ന് ഓർക്കുന്നത് നിനക്കു നല്ലതാണ്. നീ ഇപ്പോൾ കള്ളം പറഞ്ഞാൽ കൂടുതൽ തെളിവുകളുടെ അടിസ്ഥാനത്തിൽ ഞങ്ങൾ വീണ്ടും നിന്റെ പുറകെ ഉണ്ടാകും. പിന്നീട് നീ പറയുന്നത് കള്ളമാണെന്ന് വീണ്ടും തെളിഞ്ഞു കഴിഞ്ഞാൽ ഇപ്പോൾ ഞങ്ങൾ ചോദിക്കുന്ന രീതി ആയിരിക്കില്ല അന്ന് ഞങ്ങൾ തുടരുക.

മാരി: സത്യം... ഞാൻ ആരെയും കൊന്നിട്ടില്ല. എനിക്ക് ആ മൊബൈൽ ട്രെയിനിൽ നിന്ന് കിട്ടിയതാണ്.

സിജു: ഏതു ട്രെയിൻ ?

മാരി: ബാംഗ്ലൂർ കൊച്ചുവേളി എക്സ്പ്രസ് .

അത് കേട്ടതും അവരുടെ കണ്ണുകൾ വിടർന്നു.

ബാലമുരുകൻ: ട്രയ്നിൽ എവിടെ നിന്ന്?.

മാരി: (നേർത്ത ശബ്ദത്തിൽ) സാർ, സാധാരണ ദൂര ട്രെയിനുകൾ ബാംഗ്ലൂരിൽ വന്നു ഹാൾട് ആകുമ്പോൾ ഞാനും എന്റെ കൂട്ടുകാരും ഓരോ ബോഗികൾ കയറിയിറങ്ങും. ചിലപ്പോൾ ആരെങ്കിലും മറന്നു വെച്ച എന്തേലും ഞങ്ങളുടെ കയ്യിൽ തടയും. അല്ലേൽ ഉറങ്ങിക്കിടക്കുന്നവരുടെ ബാഗോ മറ്റോ എടുത്തു ഞങ്ങൾ സ്ഥലം വിടും. ഇതാണ് ഞങ്ങളുടെ പതിവ് പരിപാടി. (ഇതുംപറഞ്ഞ് തലതാഴ്ത്തി നിന്നു)

സിജു: ഈ മൊബൈൽ നിനക്ക് എന്നാണ് കിട്ടിയത്.?

മാരി: ശരിക്കും ഓർക്കുന്നില്ല സാർ. ഒരു പത്തുപതിനഞ്ച് ദിവസത്തിന് മുകളിൽ ആയിക്കാണും. ഒരുദിവസം കൊച്ചുവേളി എക്സ്പ്രസ് തപ്പിയപ്പോൾ സ്ലീപ്പർ കോച്ചിൽ നിന്നാണ് കിട്ടിയത്. അതൊരു കേടായ മൊബൈൽ ആയിരുന്നു. കിട്ടുമ്പോൾത്തന്നെ ആ മൊബൈൽ സ്വിച്ച്ഡ് ഓഫ് ആയിരുന്നു. അതിന്റെ ഡിസ്പ്ലേ പൊട്ടിയിട്ടുമുണ്ടായിരുന്നു. ഞാൻ സ്വിച്ച് ഓൺ ആക്കിയപ്പോൾ അതിൽ കുറച്ച് മിസ്ഡ് കാൾ കണ്ടിരുന്നു. പക്ഷേ മൊബൈലിന്റെ ഡിസ്പ്ലേ ഉടൻ തന്നെ നിറം മങ്ങി വീണ്ടും സ്വിച്ച്ഡ് ഓഫ് ആയി. മൊബൈൽ കിട്ടിയ സമയത്ത് തന്നെ ഞാൻ അതിലെ ഒരു സിം നശിപ്പിച്ചു. പിന്നെ മെസ്സേജുകൾ എല്ലാം ഡിലീറ്റ് ആക്കി. പിന്നീട് കുറച്ചു ദിവസം മൊബൈൽ സ്വിച്ച് ഓഫ് ആക്കി വീട്ടിൽത്തന്നെ വെച്ചു. പിന്നീടെപ്പോഴോ പിന്നീട് പൈസക്ക് ആവശ്യം വന്നപ്പോൾ ഞാൻ അത് റിപ്പയറിന് വിറ്റു. (ഒരു നിമിഷം മിണ്ടാതെ നിന്നിട്ട് ഇൻസ്പെക്ടറുടെ മുഖത്തേക്ക് നോക്കി അയാൾ തുടർന്നു) സാർ... ഇതിൽ കൂടുതൽ ഒന്നും അറിയില്ല.

ബാല: മാരി, ഇന്ന് ഈ മൊബൈലിന്റെ ഉടമ ജീവിച്ചിരിപ്പുണ്ടോ മരിച്ചോ എന്നുള്ള അന്വേഷണത്തിൽ ആണ് കേരള പോലീസും കർണാടക പോലീസും.

സിജു: മാരി, നീ പറഞ്ഞപോലെ ആ ഒരു സിം നശിപ്പിച്ചു എന്നുറപ്പാണോ? അതേപോലെ അതിൽ എത്ര സിം ഉണ്ടായിരുന്നെന്ന് നിനക്ക് വല്ല ഓർമയുമുണ്ടോ.?

മാരി: ഒരു സിം നശിപ്പിച്ചു എന്ന് എനിക്കുറപ്പാണ്. പക്ഷേ അവിടുന്ന് രക്ഷപ്പെടാൻ ഉള്ള ധൃതിയിൽ ഞാൻ കൂടുതൽ ഒന്നും നോക്കിയില്ല. പിന്നെ എനിക്ക് മൊബൈലിനെപറ്റി കൂടുതൽ ഒന്നും എനിക്കറിയില്ല സാർ.

കുറച്ചു നേരത്തെ ആലോചനക്ക് ശേഷം അവരുടെ സംഭാഷണ മ

ദ്ധ്യേ സിജു ഫോൺ എടുത്തു എസ് ഐ സഹദേവന് വിളിക്കുന്നു.

സിജു: സാർ, നമ്മുടെ റെക്കോർഡ് പ്രകാരം പെൺകുട്ടിക്ക് എത്ര മൊബൈലുണ്ട്?

സഹദേവൻ : വീട്ടുകാരുടെയും കൂട്ടുകാരുടെയും തെളിവെടുപ്പിൽ ആ കുട്ടിക്ക് ഒരു മൊബൈൽ മാത്രമേയുള്ളൂ. പക്ഷേ അവരുടെ പേരിൽ രണ്ടു സിം ഉണ്ട്. Which is 9895881058 and 95444424750 .ഇതിൽ 9895881058 കുട്ടിയെ കാണാതെ ആയ അടുത്ത ദിവസം മുതൽ അതായത് 21.07.20 മുതൽ സ്വിച്ച്ഡ് ഓഫാണ്. എന്നാൽ 9544424750 എന്ന നമ്പർ ആണ് നമ്മൾ ഇപ്പോൾ ട്രേസ് ചെയ്യുന്ന നമ്പർ. ഈ നമ്പർ കഴിഞ്ഞ മൂന്നാം തീയതി ബാംഗ്ലൂരിൽ വെച്ച് വീണ്ടും നെറ്റ്‌വർക്ക് പരിധിക്കുള്ളിൽ വന്നിരുന്നു.

സഹദേവൻ: സിജു, any progress?

സിജു: യെസ് സാർ, താങ്ക്സ് ഫോർ ദ ക്ലാരിഫിക്കേഷൻ. ഐ വിൽ സെന്റ് യു എ ഡീറ്റെയിൽഡ് റിപ്പോർട്ട് ബൈ ടുഡേ ഈവനിംഗ്. പക്ഷേ നമ്മുടെ അന്വേഷണം കുറ്റവാളികളിൽ നിന്ന് കുറെ അകലെയാണ് എന്നൊരു തോന്നൽ.

സഹദേവൻ: dont worry , we do our best . Any way I am waiting for your report .

സിജു ഒരു സിഗരറ്റ് കൂടി എടുത്തു കത്തിച്ച് ചുണ്ടിൽവെച്ചിട്ട് ബാലയോട്.

സിജു: ഇൻസ്പെക്ടർ, ഇയാൾ പറയുന്നത് നമുക്കിപ്പോൾ വിശ്വസിക്കാം. കാരണം ഇയാൾ പറയുന്നതുപോലെ ആ കുട്ടി രണ്ടു മൊബൈൽ സിം ഉപയോഗിച്ചിരുന്നു. ഒരു സിം മാരി ഫോൺ അയാളുടെ കയ്യിൽ കിട്ടിയപ്പോൾ നശിപ്പിച്ചു കളഞ്ഞത്, മറ്റേത് മാരി ശ്രദ്ധിക്കാതിരുന്നതും റിപ്പയർ മൊബൈൽ നന്നാക്കാൻ നേരം മൊബൈൽ വീണ്ടും സ്വിച്ച് ഓൺ ആക്കിയപ്പോൾ നെറ്റ്‌വർക്ക് പരിധിയിൽ വന്നതുമായ നമ്പർ. സോ നമ്മുടെ അന്വേഷണത്തിന് എവിടെയൊക്കെയോ ഒരു രഹസ്യം മറിഞ്ഞ് കിടക്കുന്നുണ്ട്.

ബാലമുരുകൻ: ഐ സീ

അവർ സംസാരിക്കുമ്പോൾ മാരി ഇടക്ക് കയറി പറഞ്ഞു.

സാർ, എനിക്ക് ഈ മൊബൈൽ കിട്ടുമ്പോൾ അതിന്റെ ഡിസ്പ്ലേ കുറച്ചു ഉയരത്തിൽ നിന്ന് വീണ പോലെ ഉടഞ്ഞിരുന്നു. പിന്നെ... അയാൾ ഒരു നിമിഷം നിർത്തി.

ബാലമുരുകൻ : പിന്നെ.....

മാരി: സാർ, ആ കമ്പാർട്ട്മെന്റിലെ സീറ്റുകൾക്കിടയിൽ തറയിലായി ചെറിയ ചോരപോലെ എന്തോ ഉണങ്ങിപ്പിടിച്ചിരുന്നു. സീറ്റിന് അടിയിൽ ഒരു സ്ത്രീയുടെ അടിവസ്ത്രം കീറി പറിഞ്ഞ് കിടക്കുന്നുമുണ്ടായിരുന്നു. (എന്നിട്ട് എന്തോ ഓർത്തു കൊണ്ട്) ആ സീറ്റുകളിൽ എന്തോ വഴുവഴുപ്പുള്ള ഒരു ദ്രാവകം എന്റെ കയ്യിൽ പറ്റിയതായി ഓർക്കുന്നുണ്ട് സാർ.

അത് കേട്ടതും സിജുവിന്റെയും ബാലയുടെയും കണ്ണുകൾ അത്ഭുതംകൊണ്ട് വിടർന്നു. തെളിവുകൾ വീണ്ടും പുതിയ തെളിവുകളിലേക്ക് നയിക്കപ്പെടുന്നത് പോലെ അവർക്ക് തോന്നി. പിന്നീടുള്ള ചോദ്യം ചെയ്യലിൽ മാരി പറയുന്നത് ഒരു പരിധിവരെ സത്യമാണെന്നവർക്കു ബോധ്യപ്പെട്ടു. ചോദ്യം ചെയ്യലിന് ശേഷം മാരിയോട് പോലീസ് സ്റ്റേഷൻ അതിർത്തി വിട്ടു പോകരുതെന്നും ദിവസവും സ്റ്റേഷനിൽ വന്നു ഒപ്പിട്ടു കൊള്ളണം എന്നുമുള്ള നിബന്ധനയിൽ അവിടുന്ന് അന്ന് പറഞ്ഞു വിട്ടു.

അദ്ധ്യായം 18

ഉച്ച കഴിഞ്ഞുള്ള സമയം. ഇൻസ്പെക്ടർ ബാല അതുവരെയുള്ള ചോദ്യം ചെയ്യലിന്റെ വസ്തുതകൾ പരിശോധിച്ചു. അതിനിടയിൽ അയാൾ ഫോൺ എടുത്തു റയിൽവേ ഡിപ്പാർട്ട്മെന്റിൽ വിളിക്കുന്നു. എന്നിട്ട് കൊച്ചുവേളി എക്സ്പ്രസ് ഇപ്പോൾ എവിടെയാണ് സ്റ്റേഷൻ ചെയ്തിരിക്കുന്നത് എന്ന് അന്വേഷിച്ചു മനസ്സിലാക്കി. അയാളുടെ അന്വേഷണത്തിൽ അന്ന് ഉച്ചതിരിഞ്ഞ് വൈകുന്നേരത്തോട് കൊച്ചുവേളി എക്സ്പ്രസ്സ് കേരളത്തിൽ എത്തേണ്ടതാണ്. കഴിഞ്ഞ രണ്ടു ആഴ്ചക്കുള്ളിൽ കൊച്ചുവേളി എക്സ്പ്രസിന്റെ ബോഗികളൊന്നും മാറിയിട്ടില്ല എന്ന് ബാലമുരുകൻ തന്റെ അന്വേഷണത്തിൽ കൂടി ഉറപ്പിക്കുന്നു.

ഉടൻതന്നെ ബാലമുരുകനും സിജുവും ഫോണിൽ വിളിച്ച് കേസിന്റെ പുരോഗതിയും ഇപ്പോൾ ലഭിച്ച വഴിത്തിരിവും എസ് ഐ സഹദേവനെ അറിയിക്കുന്നു.

സഹദേവൻ ഇൻസ്പെക്ടർ ബാലിനോട് കേരള പോലീസിന് കേസന്വേഷണത്തിൽ ചെയ്ത സഹായത്തിനു നന്ദി പറഞ്ഞു. അതോടൊപ്പം കേസിന്റെ മുന്നോട്ടുള്ള അന്വേഷണത്തിന് സിജുവിനോട് കേരളത്തിലേക്ക് ഉടൻ തിരിച്ചു വരാനും ആവശ്യപ്പെട്ടു.

എസ് ഐ സഹദേവൻ തന്റെ മേശപ്പുറത്ത് ഇരിക്കുന്ന പേപ്പറിൽ കൂടി കണ്ണോടിച്ചു കൊണ്ടിരുന്നു. എന്നിട്ട് എന്തോ ആലോചിച്ചുകൊണ്ട് അയാൾ ഫോൺ എടുത്തു ഫോറൻസിക് ഡിപ്പാർട്മെന്റിൽ വിളിക്കുന്നു.

സഹദേവൻ: സാറ, ഒരു അർജന്റ് ഹെൽപ് വേണം. നമ്മുടെ ബാംഗ്ലൂർ അന്വേഷണത്തിൽ ചില നിർണായക വിവരങ്ങൾ ലഭിച്ചിട്ടുണ്ട്.

സാറ: with pleasure,

അതിനിടയിൽ സഹദേവൻ കേസിന്റെ ഇതുവരെയുള്ള ചുരുക്കം സാറയോടു പറയുന്നു.

സഹദേവൻ: കാണാതെ പോയ ജോമോളുടെ മൊബൈൽ തപ്പി പോയപ്പോൾ ഒരു സസ്പെക്ടഡ് കൺവിക്ടിന്റെ കയ്യിൽ നിന്ന് കിട്ടിയ വിവരങ്ങൾ ആണിത്. അതിന്റെ ആധികാരികത എത്ര ഉണ്ട് എന്ന് എനിക്കറിയില്ല. But lets have a try. നമ്മൾ പോലീസുകാർ സത്യത്തെ അന്വേഷിച്ച് കണ്ട് പിടിക്കേണ്ടവർ ആയതു കൊണ്ട് തന്നെ നമുക്ക് സംശയം തോന്നുന്ന എല്ലാ വഴികളിലൂടെയും പോയല്ലെ പറ്റൂ..

സാറ: ഓഫ്കോഴ്സ് സാർ, പക്ഷേ അയാൾ പറഞ്ഞത് അനുസരിച്ചാണെങ്കിൽ ഇപ്പൊൾ തന്നെ സംഭവം കഴിഞ്ഞിട്ട് ഏകദേശം രണ്ടാഴ്ച കഴിഞ്ഞു. അത് കൊണ്ട് തന്നെ വലിയ പ്രതീക്ഷ വെക്കണ്ട. പിന്നെ അയാൾ പറഞ്ഞ ആ അണ്ടർ ഗാർമെന്റ് നമുക്ക് ഇതുവരെ കണ്ടെത്താൻ കഴിഞ്ഞിട്ടുമില്ല. ഒരുപക്ഷെ അത് കിട്ടിയിരുന്നെങ്കിൽ നമ്മുടെ ജോലി കുറച്ചു കൂടി എളുപ്പമാകുമായിരുന്നു. ഒരു ഐഡന്റിഫിക്കേഷൻ വഴിയോ, അല്ലെങ്കിൽ ഒരു ബ്ലഡ് ഓർ എനി ഫ്ളൂയ്ഡ് മാച്ചിങ് വഴിയോ....അല്ലെ സാർ..

സഹദേവൻ: you are right. but here we are searching for a minute evidence of a big truth .

സാറ: സാർ, ഞാനും പ്രതീക്ഷിക്കുന്നു. ഒരു വലിയ സത്യത്തിന്റെ ഒളിഞ്ഞിരിക്കുന്ന ആ ചെറിയ രഹസ്യം.

അന്നുതന്നെ വൈകുന്നേരം സാറയും ഫോറൻസിക് സംഘവും കൊച്ചു വേളി ട്രെയിൻ അന്വേഷണത്തിനു വേണ്ടി സീല് ചെയ്തു.

ഓരോ ബോഗിയും നാലഞ്ചു തവണ കഴുകിയതായി റയിൽവേ ടീം റിപ്പോർട്ട് ചെയ്തിട്ടുണ്ട്. അതിൽ നിന്ന് ഇനി ഒരു തെളിവ് അസാദ്ധ്യമാണ്. പക്ഷേ ജോമോളുടെ അസ്തിത്വം തെളിയിക്കേണ്ടുന്ന ഉത്തരവാദിത്തം കേരള പോലീസിന് ഇന്ന് ഒരു വലിയ തലവേദന ആയിരിക്കുകയാണ്. അത്കൊണ്ട് തന്നെ ഏതറ്റംവരെ പോകാനും അവർ തയ്യാറായിരുന്നു.

സാറയും സംഘവും സ്ലീപ്പർ ബോഗികൾ വ്യക്തമായി പരിശോധിച്ച് കൊണ്ടിരുന്നു.

ജോമോൾ യാത്ര ചെയ്ത ബോഗി S8 സീറ്റ് നമ്പർ ഇരുപതു ആയിരുന്നു. അവിടെ അസാധാരണമായി അവർക്കൊന്നും കണ്ട് പിടിക്കാൻ കഴിഞ്ഞില്ല. പരിശോധനക്കിടയിൽ സാറ മുൻപോട്ടു അടുത്ത ബോഗിയിലേക്ക് പോകുമ്പോൾ അവളുടെ കയ്യിലിരുന്ന ഫോൺ പെട്ടെന്ന് നിലത്ത് വീഴുന്നു. അത് എടുക്കാൻ സാറ കുനിഞ്ഞപ്പോൾ സീറ്റ് നമ്പർ അൻപതിന്റെ അടിയിൽ ഒരു ചെറിയ കീറൽ ശ്രദ്ധയിൽ പെട്ടു. അവൾ ആ കീറിയ സീറ്റിൽ സൂക്ഷിച്ചു നോക്കി. സീറ്റിന് അടിയിൽ ഒരു ഉണങ്ങിയ രക്തക്കറ അവളുടെ ഫോറൻസിക് കണ്ണിൽ തറച്ചു. ഉടൻ തന്നെ അവരുടെ ടീം ആ ബോഗി സൂക്ഷ്മമായി പരിശോധിക്കാൻ തുടങ്ങി.

പിന്നീടുള്ള പരിശോധനയിൽ രണ്ടു വിരലുകൾ പതിഞ്ഞ ഒരു രക്തക്കറ ആ സീറ്റുകളിൽ ഉള്ളതായി അവരുടെ കണ്ണിൽ പതിഞ്ഞു. അവരുടെ പ്രാഥമിക നിഗമനത്തിൽ രക്തക്കറക്ക് കുറഞ്ഞത് രണ്ടാഴ്ച പഴക്കമുണ്ട്. അവർ ആ രക്തക്കറ ഡിസോൾവ് ചെയ്തു ഒരു സ്ലൈഡിൽ ആക്കി ഗ്രൂപ്പ് നിർണയത്തിനും ഡിഎൻഎ ടെസ്റ്റിനും അയച്ചു.

പരിശോധനയുടെ ഇടയിൽ സാറയുടെ കണ്ണുകളിൽ വേറെ ഒരു തെളിവ് കൂടി പതിയുന്നു. രക്തക്കറ കണ്ട സീറ്റിന്റെ അടിഭാഗത്തായി തൊട്ടടുത്ത് വേറെ രണ്ടു മൂന്നു ഭാഗത്തായി വേറെ ചില വിരലടയാളങ്ങൾ. സാറ കൂടുതൽ പരിശോധിക്കുന്തോറും അവളുടെ നെറ്റി ചുളിഞ്ഞുകൊണ്ടിരുന്നു. സീറ്റിന്റെ അടിഭാഗത്ത് ചിലയിടത്ത് തള്ളവിരൽ വലുപ്പത്തിൽ ആ സീറ്റ് കീറിയിട്ടുണ്ട്.

കെമിക്കൽ ഇട്ട് ആ വിരലടയാളങ്ങൾ സാറ വിശദമായി പരിശോധിച്ചു. അവിടെ കണ്ടെത്തിയ ചില അസാധാരണ തെളിവുകൾ അവരെ കൂടുതൽ ആവേശത്തിലാക്കി. സാറ സഹദേവനെ അവിടേക്കു വിളിച്ചു. സഹദേവനും സിജുവും സാറയുടെ അടുത്തെത്തിയപ്പോൾ അവൾ തന്റെ നിരീക്ഷണത്തെ അവർക്കു വിവരിച്ചു.

സാറ : സാർ, ഈ സീറ്റിന് അടിയിൽ എന്തോ ഒരു അസാധാരണത ഉണ്ട്. ഒന്ന്, രക്തക്കറ. രണ്ടു, ആണുങ്ങളുടേത് എന്ന് സംശയിക്കാവുന്ന രണ്ടുപേരുടെ വിരലടയാളങ്ങൾ. മൂന്നാമത്, കൈകൾ ബലം ഉപയോഗിച്ച് സീറ്റിൽ പിടിച്ചതിന്റ ഫലമായി സീറ്റ് കവർ കീറിയിരിക്കുന്നു. നാലാമത്, ജോമോൾ ബുക്ക് ചെയ്ത സീറ്റിന്റെ വെറും രണ്ടു സീറ്റുകൾക്ക് അപ്പുറം വാതിലിനോട് ചേർന്നുള്ള സ്ഥലത്താണ് നമുക്ക് ഊഹിക്കാൻ കഴിയുന്ന ഒരു ബലപ്രയോഗം നടന്നിരിക്കുന്നതിന്റെ തെളിവുകൾ.

സിജു: ഇത് ജൊമോൾ തന്നെയാണെന്നുറപ്പായോ?

സാറ: അതിനു തെളിയിക്കാൻ ബ്ലഡ് മാച്ചിംഗ് മത്രം മതി. പക്ഷേ വി ക്റ്റിം ആരായാലും ഇവിടെ നടന്നിരിക്കുന്നത് നമ്മൾ ചിന്തിക്കുന്നതിനും അപ്പുറമായ ഒരു കൃത്യം ആണ്.

വൺ ഗേൾ ബ്രൂട്ടലി ഗാംഗ് റേപ്പ്ഡ് ബൈ ടൂ ഓർ മോർ. ഡെഫ നിറ്റ്ലി ഇറ്റ്സ് എ ബ്രൂട്ടൽ മർഡർ.

സഹദേവൻ: ഹൗ ഇറ്റ്സ് പോസ്സിബിൾ? ഈ ബോഗിയിൽ വേറെ യും ആൾക്കാർ ഉണ്ടായിരുന്നല്ലോ.

സാറ: യെസ്, ഉണ്ടായിരുന്നു. പക്ഷേ ഈ കൃത്യം നടന്ന സമയത്ത് വേറെ ആൾക്കാർ ഈ ബോഗിയിൽ ഉണ്ടായിരിക്കണം എന്നില്ല. മറ്റു യാത്രക്കാർ ഒന്നുകിൽ ഈ കൃത്യം നടക്കുന്നതിനു മുൻപ് ഇറങ്ങുക യോ അല്ലെങ്കിൽ കൃത്യം നടന്നതിനു ശേഷം മാത്രമേ ഈ ബോഗി യിൽ കയറുകയോ ചെയ്തിട്ടുള്ളു എന്നുംകൂടി നമുക്ക് അനുമാനി ച്ചുകൂടെ? കാരണം ഇത് ദീർഘദൂര യാത്ര സർവ്വീസ് ചെയ്യുന്ന ട്രെയിൻ ആണ്. അത്കൊണ്ട് തന്നെ എല്ലായിടത്തും സ്റ്റോപ്പുകൾ ഉണ്ടാകാനു ള്ള അവസരങ്ങൾ കുറവുമാണ്. അതുകൊണ്ടുതന്നെ ലോക്കൽ യാത്ര കൾക്ക് ആളുകൾ ഇതിൽ കയറാനുള്ള സാഹചര്യം കുറവാണ്. അത് കൊണ്ട് തന്നെ സീസൺ അല്ലാത്ത സമയത്ത് ഈ ട്രെയിനിൽ തിരക്ക് വളരെ കുറവാണ്. ഇതൊക്കെ വേറെ ഒരു സാക്ഷിയുടെ അഭാവത്തിനു കാരണം ആയേക്കാം.

സഹദേവൻ: അത് നമുക്ക് അന്നത്തെ പാസഞ്ചർ ചാർട്ട് നോക്കി യാൽ സ്ഥിരീകരിക്കാവുന്ന വിഷയമേയുള്ളു.

സാറ : പക്ഷേ എറണാകുളത്തു നിന്നോ അല്ലെങ്കിൽ അതിനിടയിൽ നിന്നുള്ള ഏതെങ്കിലും ഒരു സ്ഥലം മുതൽ കോട്ടയം വരെ ഈ ചാർ ട്ടിൽ ഇല്ലാത്ത രണ്ടുപേര് അന്ന് ഈ ബോഗിയിൽ ഉണ്ടായിരുന്നു. അവ രെയാണ് നമുക്ക് വേണ്ടത്. കാരണം നമുക്ക് കിട്ടിയ പാസഞ്ചർ ലിസ്റ്റ് അനുസരിച്ചു എറണാകുളത്തുനിന്ന് അതായത് ജോമോൾ മാത്രമേ ഈ ബോഗിയിൽ ടിക്കറ്റ് ബുക്ക് ചെയ്തിട്ടുള്ളു.

അദ്ധ്യായം 19

ഓരോ ദിവസം കഴിയുംതോറും പുതിയ പുതിയ സംശയങ്ങളും തെ ളിവുകളും പൊലീസിന് ലഭിക്കുന്നുണ്ട്. പക്ഷെ എല്ലാ നിരീക്ഷണങ്ങ

ളും പുതിയ തെളിവുകളും കുറ്റവാളിയിലേക്കുള്ള ദൂരം കൂട്ടിക്കൊണ്ടിരിക്കുകയാണ്.

ഈ സമയം റോബിൻ സ്റ്റേഷനിൽ എസ് ഐ സഹദേവനും സാറയും അടങ്ങുന്ന അന്വേഷണ സംഘത്തിന് മുന്നിലിരിക്കുകയാണ്.

റോബിന്റ മുഖത്ത് തനിക്ക് എന്തൊക്കെയോ സംഭവിക്കാൻ പോകുകയാണ് എന്ന പേടി നിഴലിച്ചിരന്നു. അവന്റ കണ്ണുകളിൽ നിഴലിച്ചിരിക്കുന്ന ആ ഭയം അവൻ വെച്ചിരിക്കുന്ന കണ്ണടകൾക്കിടയിൽക്കൂടെ അവർക്ക് വ്യക്തമായി കാണാം.

സഹദേവൻ : റോബിൻ, ഞങ്ങൾക്ക് കുറച്ചു കാര്യം അറിയാൻ ആഗ്രഹം ഉണ്ട്.

അതിനുവേണ്ടി റോബിനെ കുറച്ചു ദിവസമായി ഞങ്ങൾ അന്വേഷിക്കുകയായിരുന്നു. ശരിക്കും പറഞ്ഞാൽ റോബിന്റ ചേച്ചി ജോമോൾ കാണാതായ ദിവസം മുതൽ. പക്ഷേ നിർഭാഗ്യവശാൽ ആ ദിവസം മുതൽ റോബിനെപ്പറ്റി ആർക്കും ഒരു അറിവുമില്ലാതെപോയി. (ഒരുനിമിഷം ദീർഘ ശ്വാസം എടുത്തു ,മൂക്കത്തു കൈ വെച്ച് കൊണ്ട്) എന്തിന്, ഒപ്പം നിൽക്കുന്ന അമ്മച്ചിക്ക് പോലും റോബിനെ കുറിച്ച് ഒരു അറിവും ഇല്ലാതായിപ്പോയി. കഷ്ടം..

എസ് ഐ സഹദേവൻ അയാളുടെ കസേരയിൽ നിന്ന് എഴുന്നേറ്റു റോബിൻ ഇരിക്കുന്ന കസേരക്ക് ചുറ്റും നടന്നു കൊണ്ട് ചോദിച്ചു.

റോബിൻ, ഇനി പറ, എന്താണ് ആ ദിവസം നടന്നത്.. അതായത് ജോമോൾ കാണാതായ ദിവസം.?

റോബിൻ അയാളുടെ ചോദ്യം കേൾക്കാൻ തുടങ്ങിയപ്പോൾ മുതൽ അസ്വസ്ഥനാകാൻ തുടങ്ങി. അവന്റെ കണ്ണുകളിൽ നിന്ന് കണ്ണുനീർ പൊടിയാൻ തുടങ്ങി. ഇടറിയ ശബ്ദത്തോടെ അവൻ പറഞ്ഞു.

'എനിക്കൊന്നും പറയാൻ ഇല്ല സാർ'

സാറ: റോബിൻ, നീ പറഞ്ഞേ പറ്റൂ. അന്ന് ജോമോൾ നിന്നെ കാണാൻ വന്നതിനും, നിന്റെ റൂമിൽ അവള് വന്നതിനുശേഷം അവിടെ നിന്ന് കരഞ്ഞുകൊണ്ട് റൂം വിട്ടു ഓടിപ്പോകുന്നതിനും എല്ലാം സാക്ഷികളും തെളിവുകളും ഉണ്ട്. അന്ന് ആ സംഭവത്തിനുശേഷം നീ അവിടുന്ന് ആരോടും പറയാതെ ധൃതി പിടിച്ച് വീട് വിട്ടിറങ്ങി. എന്തിന്? ജോമോന് എന്താണ് സംഭവിച്ചത്?

സാറ ഇത് പറഞ്ഞു കൊണ്ടിരിക്കുമ്പോൾ റോബിന്റെ എങ്ങലടി ആ റൂമിൽ കേൾക്കാമായിരുന്നു. ആ കരച്ചിലിൽ ഒരു കുറ്റബോധം നിഴലിച്ചിരുന്നു. ഒരു നിമിഷം അയാൾ കരച്ചിൽ നിർത്തി എന്നിട്ട് സഹദേവനു

നേരെ നോക്കിക്കൊണ്ടു പറഞ്ഞു

റോബിൻ: സാർ, ഞാൻ ആണ് ചേച്ചിയുടെ മരണത്തിന് ഉത്തരവാദി. ഞാൻ തന്നെയാണ് അവളുടെ മരണത്തിന് ഉത്തരവാദി.

അയാൾ സങ്കടം സഹിക്കാൻ വയ്യാതെ വാവിട്ട് കരഞ്ഞു കൊണ്ട് പറഞ്ഞു. നിങ്ങൾ എന്നെ എന്ത് വേണേലും ചെയ്തോ ? തൂക്കി കൊന്നോ?

റോബിൻ കണ്ണുനീർ തുടച്ചുകൊണ്ട് തുടർന്നു.

"പക്ഷേ എനിക്ക് അതിനു മുൻപ് എന്റെ ചേട്ടായിയെ കാണണം. അവനോടു എനിക്ക് ചിലത് പറയാനുണ്ട്."

റോബിൻ കരച്ചിൽ നിർത്താൻ പാട് പെടുന്നത് കണ്ട് സഹദേവൻ അയാളെ അവിടെ നിന്ന് റൂമിലേക്ക് മാറ്റാൻ നിർദ്ദേശം നൽകി. അതിനിടയിൽ സാറ റോബിന്റെ ഫിംഗർ പ്രിന്റ് എടുക്കാൻ ഉള്ള തെളിവുകൾ ഉണ്ടാക്കി.

റോബിൻ കുറ്റം ഏറ്റു പറഞ്ഞിരിക്കുന്നു. ഇനി അയാള് ആ കുറ്റം എങ്ങനെ ചെയ്തു എന്ന് അറിയണം. അതേപോലെ അയാളെ ഈ കുറ്റകൃത്യത്തിലേക്ക് നയിച്ച കാരണം കണ്ട് പിടിക്കണം. അതിനേക്കാളുപരി അയാളാണ് പ്രതി എന്ന് ഉറപ്പു വരുത്താൻവേണ്ട ശാസ്ത്രീയ തെളിവുകളും ശേഖരിക്കണം. എന്നാൽ മാത്രമേ ഈ കേസ് പരിപൂർണമായും നീതിയുക്തവുമായി നടന്നു എന്ന് പറയാൻ പറ്റുകയുള്ളു എന്ന ഉൾബോധം സഹദേവനും കൂട്ടർക്കും ഉണ്ടായിരുന്നു.

എസ് ഐയും സംഘവും റൂമിലിരുന്നു അതുവരെ ലഭിച്ച തെളിവുകളും റോബിന്റെ കുറ്റസമ്മതവും എല്ലാം വിലയിരുത്തുകയാണ്.

സഹദേവൻ: എന്തായാലും റോബിന് അവന്റെ ചേട്ടനെ കാണാൻ ഉള്ള ഒരു സാഹചര്യം ഒരുക്കി കൊടുക്കണം.

സാറ : അത് ഞാൻ വിളിച്ചു പറഞ്ഞിട്ടുണ്ട് സാർ.

അവർ സംസാരിച്ചു കൊണ്ടിരിക്കുമ്പോൾ പോലീസ് സിജു ഒരു പേപ്പറുമായി റൂമിലേക്ക് നടന്നു വന്നു.

സിജു: സാർ, നമുക്ക് വീണ്ടും എവിടെയോ ഒരു തെറ്റ് പറ്റിയിരിക്കുന്നു.

സഹദേവൻ : what happend?

സിജു : നമ്മുടെ ഇതുവരെയുള്ള അന്വേഷണത്തിൽ നിന്ന് ജോമോൾ മിസ്സിങ് ആകുന്നത് ട്രെയിനിൽ നിന്നാണ്. അതായത് ടിക്കറ്റ് എടുത്തതിന്, ട്രെയിനിൽ കയറിയതിന് എല്ലാം തെളിവുണ്ട്.

സാറ: യെസ്, ട്രെയിനിൽ കണ്ട മൊബൈൽ, അവിടുന്ന് കിട്ടിയ അ

ണ്ടർവെയർ, പിന്നെ രക്തസാമ്പിൾ വരെ ജോമോളിന്റ മിസ്സിങ് ആയി നൂറു ശതമാനം ശരിവെക്കുന്നതും ബന്ധമുള്ളതുമാണ്.

സിജു: പക്ഷേ നമുക്ക് ട്രെയിനിൽ നിന്ന് കിട്ടിയ ബ്ലഡ് സാമ്പിളുകൾ, ഫിംഗർ പ്രിന്റ് എന്നിവ ഒന്നും റോബിനുമായി ബന്ധിപ്പിക്കുന്ന തെളിവുകളല്ല.

സഹദേവൻ : so, you are saying.. റോബിൻ നമ്മളോട് കള്ളം പറയുകയാണ് അല്ലെങ്കിൽ എന്തോ മറച്ചു വെക്കുന്നു. am I right ?

സിജോ: chances are more likely. പിന്നെ റോബിന്റെ ഫിംഗർ പ്രിന്റും നമുക്ക് ട്രെയിനിൽ നിന്ന് കിട്ടിയ ഫിംഗർ പ്രിന്റും മിസ് മാച്ച് ആണ്.

സഹദേവൻ: അപ്പോൾ ജോമോൾ ട്രെയിനിൽ കയറുന്നതിനും റോബിന്റെ വീട്ടിൽനിന്ന് ഇറങ്ങിയതിന് ശേഷം എന്തോ ഒന്ന് നടന്നിട്ടുണ്ട്. അത് റോബിന് വ്യക്തമായി അറിയാം. അതോടൊപ്പം അവൻ ആരെയോ രക്ഷിക്കാൻ ശ്രമിക്കുന്നു.

അദ്ധ്യായം 20

റോബിന്റെ കുറ്റമേറ്റുപറച്ചിൽ ജോമോനെ ആകെ തകർത്തു കളഞ്ഞിരുന്നു. അയാൾ ആരോടും ഇപ്പോൾ അങ്ങനെ മിണ്ടാറില്ല. തന്റെ പ്രിയപ്പെട്ട അനിയത്തി മരിച്ചു കഴിഞ്ഞിരിക്കുന്നു എന്ന ദുഃഖസത്യം അയാൾ തന്റെ മനസ്സിനെ പറഞ്ഞു പഠിപ്പിച്ചു കഴിഞ്ഞു.

സ്വന്തം എന്ന് വിശ്വസിച്ച് ഏൽപ്പിച്ച അനിയൻ ആണ് കുറ്റം ചെയ്തത് എന്ന് ഇപ്പോൾ കേൾക്കുന്നു. ഇനി ആരെ വിശ്വസിക്കും?

ജോമോന്റെ കൂട്ടുകാർ ഇടക്ക് വന്ന് അവനെ ആശ്വസിപ്പിക്കും. പക്ഷേ അതൊന്നും അയാളെ ആ ദുഃഖത്തിൽ നിന്ന് കരകയറ്റിയില്ല. അന്ന് താൻ തന്നെ അവളെ കൊണ്ട് വിട്ടിരുന്നെങ്കിൽ അവൾക്ക് ഇങ്ങനെയൊന്നും സംഭവിക്കില്ലായിരുന്നുവെന്നും എന്നാൽ തന്റെ പെങ്ങൾ ഇപ്പോഴും തന്നോടൊപ്പം ഉണ്ടാകുമായിരുന്നു എന്നും ഉള്ള ചിന്ത ഓരോ നിമിഷവും അവനെ വേട്ടയാടിക്കൊണ്ടിരുന്നു..

സാറ കഴിഞ്ഞ ദിവസം ജോമോനോട് വിളിച്ചു പറഞ്ഞതായിരുന്നു റോബിന് അവനോടു എന്തോ സംസാരിക്കണം എന്നുള്ള കാര്യം. പക്ഷേ ജോമോന് അവനോടുള്ള വെറുപ്പ് കാരണം അന്ന് കാണാൻ കൂട്ടാക്കിയില്ല.

റോബിൻ ജയിലിൽ ഒരു മൂലക്കിരിക്കുകയാണ്. ആരോടും ഒന്നും

സംസാരിക്കാറില്ല. ചിലപ്പോൾ ഒറ്റക്കിരുന്നു എങ്ങലടിക്കുന്ന ശബ്ദം കേൾക്കാം. കഴിഞ്ഞ രണ്ടു ദിവസമായി റോബിൻ ഭക്ഷണം കഴിക്കുന്നില്ല. അതിനിടയിൽ ചോദ്യം ചെയ്യാൻ പോലീസ് രണ്ട് തവണ ശ്രമിച്ചെങ്കിലും അവൻ ഒരക്ഷരംപോലും മിണ്ടാൻ കൂട്ടാക്കിയില്ല. ആരെങ്കിലും സെല്ലിന്റെ അടുത്തേക്ക് നടന്നു വരുന്ന കാലടി ശബ്ദം കേൾക്കുമ്പോൾ അവൻ തലയൊന്ന് ഉയർത്തി നോക്കും. അവൻ ആരെയോ പ്രതീക്ഷിച്ചിരിക്കുകയാണ്. ഇടക്കിടക്ക് അവൻ ജോമോൻ ചേട്ടായിയെ കാണണം എന്ന് മാത്രം പറയും.

ദിവസം കഴിയുംതോറും റോബിന്റ സ്വഭാവം കൂടുതൽ ഉൾവലിയാൻ തുടങ്ങി. അവൻ കേസന്വേഷണത്തിനോട് ഒട്ടും സഹകരിക്കാതെ ആയി. അയാളെ ആശുപത്രിയിലേക്ക് നീക്കാൻ ഉള്ള പോലീസിന്റെ ആദ്യ ശ്രമം പരാജയപ്പെട്ടു. പൊതുവേ അന്തർമുഖനായ റോബിൻ കൂടുതൽ ഡിപ്രഷനിലേക്ക് നീങ്ങി കൊണ്ടിരിക്കുന്ന ലക്ഷണങ്ങൾ കാണിച്ചുകൊണ്ടിരുന്നു.

അന്ന് ഉച്ച കഴിഞ്ഞ സമയത്ത് ജയിലിന്റെ തറയിൽ കിടന്ന് മയങ്ങിയ റോബിൻ കണ്ണ് തുറക്കുന്നത് തന്റെ മുകളിൽ വന്നു പതിച്ച ഒരു മനുഷ്യന്റെ നിഴൽ കണ്ടിട്ടാണ്. അയാൾ പാതിമയക്കത്തിൽ കണ്ണ് തിരുമ്മി നോക്കി.

'ചേട്ടായി.'

ജോമോനെ കണ്ടതും റോബിൻ എങ്ങലടിക്കാൻ തുടങ്ങി. ജോമോന്റെ മനസ്സിൽ ദേഷ്യവും സങ്കടവും പുകയാൻ തുടങ്ങി.

റോബിൻ കണ്ണ് തുടച്ചു കൊണ്ട് അവിടെ നിന്ന പോലീസിനോട് അപേക്ഷിച്ചു, "സാർ, എനിക്ക് ചേട്ടായിയോട് തനിച്ച് സംസാരിക്കണം."

പോലീസ് വന്നു സെല്ലിന്റെ വാതിൽ തുറന്നു. വാതിൽ തുറന്നതും റോബിൻ പെട്ടെന്ന് ജോമോന്റ അടുത്തേക്ക് വന്നു കെട്ടിപ്പിടിച്ചു കൊണ്ട് പൊട്ടിക്കരഞ്ഞു പറഞ്ഞു.

"ചേട്ടായി, ഞാൻ കാരണമാണ് എന്റെ ചേച്ചി പോയത്, എന്നോട് ക്ഷമിക്കൂ ചേട്ടായി."

ജോമോന്റ കണ്ണുകൾ നിറഞ്ഞു. അയാൾ തന്നെ കെട്ടിപ്പിടിക്കാൻ ശ്രമിച്ച റോബിന്റെ കൈകൾ തട്ടി മാറ്റി തിരിഞ്ഞ് നിന്നു.

അതുകണ്ട് ഒപ്പംവന്ന ജോമോന്റെ കൂട്ടുകാർ റോബിനേ ആക്രമിക്കാൻ ചാടി അടുത്തു.

"ഡാ, നായിന്റെ മോനെ അമ്മയേയും പെങ്ങളെയും തിരിച്ചറിയത്ത നീ ഒന്നും ഇനി ജിവിക്കണ്ട" എന്ന് വിളിച്ചു പറഞ്ഞു അവനെ ആക്രമി

ക്കാൻ തുടങ്ങി.

ഉടൻ പോലീസ് ഇടപെട്ട് അവരെ അവിടുന്ന് നീക്കി. അവരെ ശാന്ത രാക്കിയിട്ട് റോബിനെയും ജോമോനെയും ഒരു റൂമിലാക്കി അവർക്ക് സം സാരിക്കാനുള്ള സൗകര്യം പോലീസ് ഒരുക്കി കൊടുത്തു.

അദ്ധ്യായം 21

റോബിനും ജോമോനും ആ റൂമിൽ ഇരിക്കുകയാണ്. ആകെ നിശ്ശ ബ്ദത നിറഞ്ഞ റൂം. റോബിൻ നിലത്തേക്ക് നോക്കി തലതാഴ്ത്തി ഇരി ക്കുന്നു. അവന്റെ മുഖത്ത് കുറ്റബോധവും സങ്കടവും നിഴലിച്ചിരുന്നു. ഓരോ നിമിഷം കഴിയുന്തോറും റോബിന്റെ ശ്വാസോച്ഛ്വാസത്തിന്റ വേഗത കൂടിക്കൊണ്ടിരുന്നു. പെട്ടെന്ന് അവൻ എങ്ങലടിച്ചു കരയാൻ തുടങ്ങി.

വിതുമ്പിക്കൊണ്ട് റോബിൻ : ക്ഷമിക്ക് ചേട്ടായി, ഞാൻ കാരണം ആണ് ചേച്ചി മരിച്ചത്. ചേട്ടായി പറഞ്ഞപോലെ അന്ന് ഞാൻ അവ ളുടെ കൂടെ പോയാൽ മതിയാർന്നു. പക്ഷെ എന്റെ നശിച്ച സ്വഭാവം. (അതും പറഞ്ഞു അവൻ സ്വന്തം ശരീരത്തിൽ ഇടിക്കുന്നു)

ജോമോൻ പെട്ടെന്ന് അവന്റെ കയ്യിൽ കയറി പിടിക്കുന്നു. എന്നിട്ട് ക ണ്ണ് നിറഞ്ഞു കൊണ്ട് പറഞ്ഞു.

ജോമോൻ: ഈ കാലത്ത് ആരെയും വിശ്വസിക്കാൻ പാടില്ല. എന്റെ പെങ്ങളെ നോക്കാതെ നാട് നന്നാക്കാൻ ഇറങ്ങിയതിന്റെ ഫലമാണ് എന്റ കുഞ്ഞു അനാഥ പ്രേതമായി പോയത്. (വിങ്ങുന്നു)

ജോമോൻ കണ്ണുകൾ തുടച്ചു കൊണ്ട് പറഞ്ഞു. (ഇടറിയ ശബ്ദ ത്തിൽ)

"മോനെ, റോബിനേ, എന്നാലും നീ അങ്ങനെ ചെയ്തു കളഞ്ഞ ല്ലോ ?"

റോബിൻ : ഇല്ല ചേട്ടായി, എനിക്ക് എന്റെ ചേച്ചിയെ കൊല്ലാൻ പോ യിട്ട് ഒന്ന് ദേഷ്യത്തോട് നോക്കാൻ പോലും കഴിയില്ല. പക്ഷേ അറി ഞ്ഞോ അറിയാതെയോ ഞാൻ അവളുടെ മരണത്തിന് കാരണം ആയി ട്ടുണ്ട്. അത് കൊണ്ട് തന്നെയാണ് എല്ലാം ചെയ്തത് ഞാൻ തന്നെയാ ണെന്ന് സമ്മതിച്ചത്. എനിക്കിങ്ങനെ നീറി നീറി ജീവിക്കാൻ വയ്യ. പ ക്ഷെ എനിക്ക് ഇതൊന്നും ആരെയും ബോധിപ്പിക്കേണ്ട കാര്യവും ഇല്ല പക്ഷെ എന്റെ ചേട്ടായി എല്ലാം അറിഞ്ഞിരിക്കണം. എനിക്ക് അത്രക്ക് ഇഷ്ടമാണ് ചേട്ടായിയെയും ചേച്ചിയെയും. എനിക്ക് നിങ്ങൾ ചെറുതായി

വേദനിക്കുന്നത് പോലും ചിന്തിക്കാൻ കഴിയില്ല.

റോബിൻ അത് പറയുന്നത് കേട്ട് ജോമോൻ ഒന്ന് ഞെട്ടി. എന്നിട്ട് അവനോടു പറഞ്ഞു.

ജോമോൻ: നീ തെളിച്ചു പറയെടാ**?.

റോബിൻ: ചേട്ടായി എല്ലാത്തിനും കാരണം എന്റെ നശിച്ച സ്വഭാവമാണ്. ചേട്ടായി എന്നോട് ചേച്ചിയുടെ ഒപ്പം പോകാൻ പറഞ്ഞ ദിവസം ചേച്ചി അവിടെ വന്നു. അന്ന് അവള് എന്റെ പൂന്തോട്ടത്തിലും ഫിഷ്പൂളും എല്ലാം പോയി കണ്ടു കഴിഞ്ഞാണ് റൂമിൽ എത്തിയത്. ആ സമയം ഞാൻ ഉറങ്ങുകയായിരുന്നു. അവൾ എന്റെ റൂമിൽ കയറിയത് ഞാൻ അറിഞ്ഞില്ല. അവൾ എന്റെ പുസ്തകങ്ങളും മറ്റും നോക്കി കൊണ്ടിരുന്നു. അതിനുശേഷം ഉറങ്ങുന്ന എന്നെ അവൾ കുലുക്കി വിളിച്ചു. ഞാൻ ആ സമയത്ത് പാതി ബോധത്തിൽ ആയിരുന്നു. (കുറ്റബോധത്തോടെ) ഈയടുത്തായി ഞാൻ ആരും അറിയാതെ ചെറുതായി ഡ്രഗ്സ് ഉപയോഗിച്ചിരുന്നു. എന്റെ ദുഷിച്ച സ്വഭാവം എന്നെ അങ്ങനെ ആക്കിയതാണ്. അന്ന് പാതി ബോധത്തിൽ ഞാൻ ചേച്ചിയുടെ കയ്യിൽ കയറി പിടിച്ചു എന്റെ ശരീരത്തിലേക്ക് വലിച്ചിട്ട് ചേർത്ത് പിടിച്ചു.

അത് കേട്ടതും ജോമോന്റെ മുഖം ചുവന്നു തുടുത്തു. മുഷ്ടികൾ ചുരുട്ടി. കണ്ണുകളിൽ കൂടി കണ്ണുനീർ ധാര ധാരയായി ഒഴുകിക്കൊണ്ടിരുന്നു.

റോബിൻ : ഞാൻ അറിയാതെ ചെയ്തതാണ് ചേട്ടായി, എന്റെ നശിച്ച സ്വഭാവം ആണ് എന്നെക്കൊണ്ട് അങ്ങനെ ചെയ്യിച്ചത്. ഞാൻ അങ്ങനെ ഒരിക്കലും ചേച്ചിയെ നോക്കുക പോലും ചെയ്തിട്ടില്ല. ചേച്ചി ഉടനെ എന്റെ കൈ വിടുവിച്ചു, എന്നിട്ട് എന്നോട് വളരെ ദേഷ്യപ്പെട്ടു. ചേച്ചി ദേഷ്യപ്പെട്ടപ്പോൾ തന്നെ എനിക്ക് സുബോധം കിട്ടി. പക്ഷെ ഞാൻ റൂമിൽ രഹസ്യമായി ഉപയോഗിച്ച് കൊണ്ടിരുന്ന സിഗരറ്റും അശ്ലീല മാഗസിനും എല്ലാം കണ്ട് ചേച്ചി കരഞ്ഞു. എന്നിട്ട് ചേട്ടായിയോടും അമ്മയോടും ഇതെല്ലാം പറയും എന്ന് പറഞ്ഞു ഫോൺ ഡയൽ ചെയ്തു കൊണ്ട് അവിടുന്ന് ദേഷ്യപ്പെട്ടു ഇറങ്ങിപ്പോയി.

ചേച്ചി ഇറങ്ങി പോകുമ്പോൾ അവൾ അമ്മച്ചിയെ കണ്ടതാണ് പക്ഷേ അവൾ അമ്മച്ചിയോട് ഒന്നും പറയാതെ ഇറങ്ങി നടന്നു. ചെയ്ത തെറ്റ് ഓർത്തു എനിക്ക് സങ്കടം വരാൻ തുടങ്ങി. ചേച്ചി അവിടുന്ന് ഇറങ്ങി പോയപ്പോൾ എന്റെ പേടി ഇരട്ടിക്കാൻ തുടങ്ങി. ഇനി ചേച്ചി ഇത് എല്ലാവരോടും പറയും. ചേട്ടായിയും അമ്മച്ചിയുമൊക്കെ ഇതറിഞ്ഞാൽ പിന്നെ ഞാൻ ജീവിച്ചിരുന്നിട്ട് കാര്യമില്ല. അപ്പോഴത്തെ മാനസികാവ

സ്ഥയിൽ ഒന്ന് ഞാൻ ഉറപ്പിച്ചു. എന്ത് വന്നാലും ചേച്ചിയോട് ക്ഷമ ചോദിക്കുക. അതിന് ഫോണിൽ പലപ്രാവശ്യം ചേച്ചിയെ വിളിച്ചു. പക്ഷേ അവൾ എന്റെ എല്ലാ കോളും കട്ടാക്കി. പേടി കൂടിയപ്പോൾ ബാഗും വീട്ടിൽ സൂക്ഷിച്ച എന്റെ സിഗരറ്റും, മാഗസീനും എല്ലാം എടുത്തു അന്ന് വൈകുന്നേരം ഞാൻ വീട്ടിൽ നിന്നിറങ്ങി. ആരോടും ഒന്നും പറഞ്ഞില്ല. കുറച്ചു ദിവസം കഴിഞ്ഞ് എല്ലാം ഒന്ന് അടങ്ങുമ്പോൾ ചേട്ടായിയോട് കാര്യം പറയാം എന്ന് വിചാരിച്ചു.

ജോമോൻ: മോനെ, നിനക്ക് അന്ന് പറ്റിയ ആ തെറ്റ് അപ്പോൾ തന്നെ ഒന്ന് തിരുത്തിയിരുന്നേൽ നമ്മുടെ ജോമോൾ ഇന്ന് നമ്മുടെ കൂടെ ഉണ്ടാകില്ലായിരുന്നെടാ.?

റോബിൻ: പറ്റിപ്പോയി, ഒന്നും മനഃപൂർവം അല്ല. വേറെ ആര് എന്നെ മനസ്സിലാക്കിയില്ലെങ്കിലും ചേട്ടായി സത്യം അറിയണം. ഞാൻ ചെയ്ത തെറ്റിന് ഏതു ശിക്ഷയും വാങ്ങാൻ തയ്യാറാണ്.

ജോമോൻ റോബിൻ പറഞ്ഞതെല്ലാം കേട്ടിരുന്നു. രണ്ടുപേരും കുറെ കരഞ്ഞു.

ജോമോൻ കസേരയിൽ നിന്നെഴുന്നേറ്റു കൊണ്ട് പറഞ്ഞു.

ജോമോൻ: മോനെ, എനിക്ക് നിന്നെ മനസ്സിലാകും. കാരണം നീ എന്റെ അനുജനാ. നീ അറിഞ്ഞുകൊണ്ട് ചെയ്തത് അല്ലല്ലോ?. പോട്ടെ, നീ വിഷമിക്കണ്ട.

ജോമോൻ അവിടുന്ന് എഴുന്നേറ്റു പുറത്തേക്കിറങ്ങാൻ നടക്കുന്നു.

റോബിൻ: ചേട്ടായി,

ജോമോൻ തിരിഞ്ഞ് അവനെ നോക്കി.

റോബിൻ: അന്ന് ചേച്ചി അവിടുന്ന് ഇറങ്ങിയപ്പോൾ തന്നെ ഞാൻ കാറും എടുത്തു വീട്ടിൽനിന്ന് ഇറങ്ങി. പോകുന്ന വഴിയിൽ ചേച്ചി ഒരു കാറിൽ കേറി പോകുന്നത് കണ്ടതാണ്.

ജോമോ: ആരുടെ കാറിൽ? (നെറ്റിചുളിച്ചുകൊണ്ട്)

റോബിൻ: അറിയില്ല, ഒരു പ്രൈവറ്റ് കാർ ആയിരുന്നു അത്. അതിലെ ഡ്രൈവർ ഒരു കാക്കി യൂണിഫോം ആണ് ധരിച്ചിരുന്നത്.

ജോമോൻ: നമ്പർ എന്തേലും ഓർമയുണ്ടോ? .

റോബിൻ: ഇല്ല, യൂബർ പോലെ എന്തോ ആണ് എന്ന് തോന്നുന്നു.

ജോമോൻ: നീ എന്തെ ഇത് പോലീസിനോട് പറയാതിരുന്നത്?

റോബിൻ ഒരു നിമിഷം മൗനമായി നിൽക്കുന്നു. എന്നിട്ട് പറഞ്ഞു "ഇത് എനിക്കുള്ള ശിക്ഷ ആണ്"

ജോമോൻ അവനെ ഒന്ന് നോക്കിയിട്ട് അവിടുന്ന് നടന്നകന്നു.

അദ്ധ്യായം 22

സമയം വൈകുന്നേരം അഞ്ചു മണിയായി. ജോമോന്റെ മൊബൈൽ റിംഗ് ചെയ്തു കൊണ്ടിരുന്നു. അയാൾ ആ കോൾ എടുത്തു. സാറയാണ് ഫോണിന്റെ മറുവശത്തു.

സാറ: ജോമോൻ ഒന്ന് കാണാൻ പറ്റുമോ ?

ജോമോൻ: അതിനെന്താ, കാണാം.

സാറ: 6 pm at hotel eagle park.

പറഞ്ഞതുപോലെ ആറു മണിക്കുതന്നെ ജോമോൻ ഹോട്ടൽ ഈഗിൾ പാർക്കിൽ എത്തി. ഹോട്ടലും പരിസരവും സംഗീതാർദ്രമായിരുന്നു. സാറ അയാളെ അവിടെ കാത്തിരിക്കുന്നുണ്ടായിരുന്നു.

ജോമോൻ : നേരത്തെ ആണല്ലോ, ഇനി ആരെങ്കിലും ഉണ്ടോ?

സാറ : ഹേയ്, ഇത് അന്വേഷണത്തിന്റ ഭാഗം ഒന്നുമല്ല. പഴയ കൂട്ടുകാരനെ ഒന്ന് കാണാം, സംസാരിക്കാം. അത്രമാത്രം.

ജോമോൻ : okay. എവിടം വരെയായി അന്വേഷണം ?

സാറ: റോബിൻ കുറ്റം സമ്മതിച്ചു കഴിഞ്ഞു. പക്ഷേ അവൻ എന്തോ കുറ്റബോധത്തിൽ നിന്നാണ് ആ കുറ്റം ഏറ്റെടുത്തിരിക്കുന്നത്. അവന്റെ കുറ്റസമ്മതം ഒഴികെ ഈ കേസും അവനുമായി ബന്ധിപ്പിക്കുന്ന ഒരു ശാസ്ത്രീയ തെളിവുകളും നമുക്ക് കണ്ടത്താൻ കഴിഞ്ഞിട്ടില്ല. കൃത്യം നടന്ന സ്ഥലത്ത് റോബിന്റ സാന്നിധ്യം ഇല്ല. അവിടെ നിന്ന് കിട്ടിയ വിരൽ അടയാളങ്ങൾ റോബിന്റേതുമല്ല. എന്ത്കൊണ്ട് റോബിൻ ഈ കുറ്റം ഏറ്റെടുക്കുന്നു എന്ന് എത്ര ചിന്തിച്ചിട്ടും ഒരു പിടിയും കിട്ടുന്നില്ല.

ജോമോൻ: സാറ, റോബിൻ അത് ചെയ്യില്ല. അവനല്ല അത് ചെയ്തത്. അവനു ഒരു തെറ്റ് പറ്റി, ആ തെറ്റാണ് ജോമോളുടെ മരണത്തിന് കാരണമായത് എന്നാണ് അവനിപ്പോൾ വിശ്വസിക്കുന്നത്. അതിനുള്ള പ്രായിശ്ചിത്തമാണ് അവന്റെ ഈ ഏറ്റു പറച്ചിൽ. പക്ഷേ അവനെ കൂടി ഇനി ഞങ്ങൾക്ക് നഷ്ടപ്പെടാൻ വയ്യ.

സാറ : ജോ, നിന്നെ എനിക്ക് മനസ്സിലാകുന്നുണ്ട്. റോബിന്റ രക്തപരിശോധനയിൽ ഞങ്ങൾക്ക് മനസ്സിലായി അവൻ ഡ്രഗ്സ് ഉപയോഗിക്കുന്നുണ്ടെന്ന്. അതേപോലെ കോട്ടയത്ത് നിന്ന് കിട്ടിയ ബോഡിയുടെ പോസ്റ്റ്മോർട്ടത്തിൽ അവരുടെ ശ്വാസകോശത്തിൽനിന്ന് ഒരുതരത്തിൽ

ഉള്ള പൂമ്പൊടി കണ്ടെത്തിയിരുന്നു. ഒരു പാലിനോളജിസ്റ്റിന്റെ സഹായത്തോടെ നമ്മൾ അത് പരിശോധിച്ചപ്പോൾ റോബിന്റെ പൂന്തോട്ടത്തിൽ ഉള്ള ഓർക്കിഡ് വിഭാഗത്തിൽ പെട്ട ഒരുതരം പൂവിന്റേതുമായി സാമ്യം ആ പൂമ്പൊടിക്ക് ഉണ്ടെന്ന് നമ്മൾ കണ്ടെത്തിയതാണ്. ഈ തെളിവുകളും അതോടൊപ്പം അവന്റെ കുറ്റസമ്മതവും ആണ് അവനെ ഇപ്പോൾ അറസ്റ്റിലാക്കിയിരിക്കുന്നത്. പക്ഷേ ഞങ്ങൾ എത്ര ചോദിച്ചിട്ടും അവൻ അവർക്കിടയിൽ നടന്നത് എന്താണെന്ന്മാത്രം പറയുന്നില്ല. എന്തായാലും അവനെ ഞങ്ങൾ ഒരു സൈക്യാട്രിസ്റ്റിന്റെ അടുത്തേക്ക് റഫർ ചെയ്തിട്ടുണ്ട്.

ജോമോൻ: ലുക്ക് സാറ, ജോമോൾ അന്ന് റോബിന്റെ വീട്ടിൽ നിന്ന് നേരെ പോയത് റെയിൽവേ സ്റ്റേഷനിലേക്കാണ്. അതും ഒരു പ്രൈവറ്റ് കാറിൽ. റോബിൻ അവൾ ആ കാറിൽ കയറി പോകുതിന് റോബിൻ ദൃക്സാക്ഷിയാണ്. അവൻ പറഞ്ഞതനുസരിച്ച് അതിലെ ഡ്രൈവർ കാക്കി നിറത്തിൽ ഉള്ള യൂണിഫോം ആണ് ധരിച്ചിരുന്നത്.

സാറ: നമ്മൾ ജോമോളുടെ മൊബൈലിൽ നിന്ന് അവസാനനിമിഷത്തിൽ കോൺടാക്ട് ചെയ്യപ്പെട്ട എല്ലാ വ്യക്തികളുടെയും വിവരങ്ങളും ട്രേസ് ചെയ്തിരുന്നു. ജോമോളെ അന്ന് ആറു മണിക്ക് റെയിൽവേ സ്റ്റേഷനിൽ കൊണ്ട് പോയത് ഒരു ടാക്സി ഡ്രൈവർ സുരേഷ് ആണ്. അദ്ദേഹത്തെ നമ്മൾ പലവട്ടം ചോദ്യം ചെയ്തതാണ്. അയാൾ ജോമോളെ സ്റ്റേഷനിൽ ഇറക്കി വിട്ടു പോകുന്നതിന്റെ സിസിടിവി ദൃശ്യങ്ങൾ നമ്മൾ അന്വേഷണത്തിൽ നിന്ന് കണ്ടതാണ്. പക്ഷെ സിസിടിവി ഫൂട്ടേജിൽ ഡ്രൈവറുടെ ചിത്രം പതിഞ്ഞിട്ടില്ല. പക്ഷേ അയാളുടെ വണ്ടി നമ്പറും പിന്നെ ജോമോൾ ടാക്സി ബുക്ക് ചെയ്ത ഹിസ്റ്ററിയുമൊക്കെ വെച്ചാണ് നമ്മൾ അയാളെ പിന്തുടർന്നത്. ഒരു പാവം മനുഷ്യൻ, സംശയം ഉണ്ടാക്കാൻ പോലുള്ള ഒരു സാഹചര്യത്തെളിവുകളും അയാളിൽ നിന്ന് നമുക്ക് കിട്ടിയില്ല.

അവർ സംസാരിക്കുന്നതിന് ഇടയിൽ വെയിറ്റർ അവർക്ക് ചായ കൊണ്ട് വന്നു. ചായക്കിടയിൽ അവരുടെ സംസാരം തുടർന്നു കൊണ്ടിരുന്നു. കുറച്ചു നേരം സംസാരിച്ചു അവർ അവിടുന്ന് പിരിഞ്ഞു.

എസ് ഐ സഹദേവനും സാറയും ഡിസ്കഷൻ റൂമിൽ ഇരിക്കുകയാണ്.

സാറ: സാർ, തെളിവുകളുടെ അടിസ്ഥാനത്തിൽ കോട്ടയത്ത് നമ്മൾ കണ്ട ബോഡി ജോമോൾ തന്നെയാണ് എന്നുറപ്പിക്കാം. ട്രെയിനിൽ നി

ന്ന് പരിക്കേൽപ്പിക്കപ്പെടുകയും അവിടെ നിന്ന് മരണപ്പെട്ടു എന്ന് വിചാരിച്ചു പ്രതികൾ വെള്ളത്തിൽ എറിയുക വഴി ശ്വാസം മുട്ടിയാണ് ജോമോൾ കൊല്ലപ്പെട്ടത്. പക്ഷേ ആരാണ് ആ കൃത്യത്തിനു പിന്നിൽ?

എന്തിന് അവർ ജോമോളെ കൊന്നു എന്ന ചോദ്യം ഇതുവരെ ഫിൽ ചെയ്യാൻ നമുക്ക് കഴിഞ്ഞിട്ടില്ല.

സഹദേവൻ: അതെപോലെ തന്നെയാണ് ആലുവയിൽനിന് കണ്ടെടുത്ത ബോഡിയും. ഒരു തെളിവുകളും ഇല്ലാത്ത കൊലപാതകം. എന്തായാലും ഇതുവരെയുള്ള തെളിവുകളുടെ അടിസ്ഥാനത്തിൽ രണ്ടിലും ലൈംഗിക ചൂഷണം അല്ല പ്രതികളുടെ ലക്ഷ്യം. സ്വർണം നഷ്ടപ്പെട്ട സ്ഥിതിക്ക് ഒരു കവർച്ച ശ്രമം ആകാൻ ആണ് സാധ്യത. പക്ഷേ അത്തരത്തിൽ ഒരു സ്വർണം വിൽക്കാൻ ആരും ഇതുവരെ ശ്രമിച്ചതായി നമ്മുടെ അന്വേഷണത്തിൽ കണ്ടെത്താൻ കഴിഞ്ഞിട്ടില്ല.

സാറ : സാർ, നമ്മുടെ കയ്യിൽ ഒരു തുമ്പുണ്ട്. ഒരു നൂൽ...

ആകാംക്ഷയോടെ എല്ലാവരും സാറയെ നോക്കുന്നു.

സഹദേവൻ : but how its possible?

സാറ : ജോമോളുടെ ശരീരത്തിലും ആലുവയിലെ ബോഡിയിലും കണ്ടെത്തിയ ആ നൂൽക്കഷ്ണം ഒരു കോമൺ തെളിവാണ്.

സഹദേവൻ : it may be a narrow evidnece of truth .

സാറ : യെസ്, സാർ... രണ്ടു ബോഡിയിൽനിന്നും കിട്ടിയ ഒരേപോലുള്ള കോട്ടൺ നൂൽ ആണ്. സാധാരണയായി എല്ലാ കമ്പനികളും അവരുടെ ഡ്രൈവർമാരും ഉപയോഗിക്കുന്നത് പോളിസ്റ്റർ മിക്സഡ് കോട്ടൺ യൂണിഫോമാണ്. കാരണം ആ തുണി ചീപ്പ് ആണ് പ്യുർ കോട്ടൺ ആയി താരതമ്യം ചെയ്യുമ്പോൾ. പക്ഷേ അതിന് വിപരീതമായി കോട്ടൺ യൂണിഫോം ഉപയോഗിക്കുന്ന ശീലം നമ്മൾ ചോദ്യം ചെയ്ത സസ്പെക്ടഡ് വിക്ടിംസിൽ ഉണ്ടോ എന്നു മനസിലാക്കിയാൽ സംഭവം ഈസി ആണ്.

സഹദേവൻ : ആ ത്രെഡ് കിട്ടിയാൽ ഒരുപക്ഷെ ഈ കേസുകൾ തമ്മിൽ നമുക്ക് ബന്ധിപ്പിക്കാൻ കഴിയുമായിരിക്കും.

സഹദേവൻ സിജുവിനെ കാക്കി ഡ്രസ്സ് യൂണിഫോമായി ധരിക്കുന്ന എറണാകുളത്തെ എല്ലാ ടാക്സി സർവീസ് സെന്ററുകളിൽ നിന്ന് വിവരങ്ങൾ ശേഖരിക്കാൻ ഏൽപ്പിച്ചു. കൂടുതൽ കാലം നിൽക്കും എന്നത് കൊണ്ട് തന്നെ മിക്ക ടാക്സി സർവീസുകളും അവർ ഉപയോഗിച്ചിരുന്നത് കോട്ടൺ മിക്സഡ് പോളിസ്റ്റർ ആയിരുന്നു. എന്നാൽ ചില ഡ്രൈ

വർമാർ അവരുടെ കംഫർട്ടിന് വേണ്ടി കോട്ടൺ ഡ്രസ്സ് ധരിക്കാറുണ്ട് എന്ന വിവരം സിജുവിന് കിട്ടി.

കേരള പോലീസ് എറണാകുളത്തും സമീപപ്രദേശത്തെ എല്ലാ ടാക്സി സർവീസ് കമ്പനിക്കും രഹസ്യമായി ചില നിർദ്ദേശങ്ങൾ കൊടുത്തു. കമ്പനി നിർദ്ദേശം മറികടന്നു കോട്ടൺ യൂണിഫോം ധരിക്കുന്ന ജോലിക്കാരുടെ ലിസ്റ്റ് പോലീസിന് കൈമാറാൻ ഉള്ള രഹസ്യ നിർദ്ദേശം ആയിരുന്നു അത്. സിജുവിന് ഏകദേശം എഴുന്നൂറ് പേരുകൾ വിവധ കമ്പനിയിൽ നിന്ന് ലഭിച്ചു.

സഹദേവൻ : ദി ഫിഗർ ഈസ് ഹൈ.! സോ നമുക്കിതൊന്ന് ഫിൽറ്റർ ചെയ്യാം. ആദ്യം കഴിഞ്ഞ ഇരുപതിനും ഇരുപത്തിമൂന്നിനും ഇടയിൽ യാത്രക്കാരെ എടുത്തവരെ നമുക്ക് ഫിൽറ്റർ ചെയ്യണം. അവരിൽ നമ്മൾ സംശയാസ്പദമായി കണ്ടവരെ ഒന്ന് ഫോക്കസ് ചെയ്താൽ ചിലപ്പോൾ എന്തേലും തുമ്പ് കിട്ടും.

സാറ : അന്ന് ജോമോളെ റെയിൽവേ സ്റ്റേഷനിൽ വിട്ട ടാക്സിക്കാരന്റെ ഡ്രസ്സ് എന്തായിരുന്നു.?

സിജു : അയാൾ വർക് ചെയ്യുന്നത് കംഫർട്ട് ടാക്സി കമ്പനിയിൽ ആണ്. അവരുടെ യൂണിഫോം സ്കൈ ബ്ലൂ ആണ്. നമുക്ക് വേണ്ടത് ആ കാക്കി നൂലിന്റ ഉടമയാണ്.

സംസാരിക്കുന്നതിന്റെ ഇടയിൽ പെട്ടെന്ന് അവിടെ ഇരുന്ന ഫോൺ ശബ്ദിച്ചു.

“സാർ, ഞാൻ കംഫോർട് ടാക്സി സർവീസിൽ നിന്നാണ് സംസാരിക്കുന്നത്. കഴിഞ്ഞ ദിവസം സിജു സാർ വന്നു ഒരു അന്വേഷണം നടത്തിയിരുന്നു. അതിനെ പറ്റി പറയാൻ ആയിരുന്നു.

സഹദേവൻ : പറയൂ..

ഫോൺ : സാർ, ഞങ്ങളുടെ കമ്പനിയുടെ ഒഫീഷ്യൽ യൂണിഫോം സ്കൈ ബ്ലൂ ആണ്. പക്ഷേ ...

സഹദേവൻ : പക്ഷേ ..

ഫോൺ : ഞങ്ങളുടെ കമ്പനിയിലെ ഒരു എംപ്ലോയീ ഈ അടുത്ത ഇടക്കായി പലവട്ടം യൂണിഫോം കോഡ് തെറ്റിച്ച് വന്നതിനു വാർണിങ് കൊടുത്ത റിപ്പോർട്ട് കണ്ടായിരുന്നു.

സഹദേവൻ : താങ്ക്സ് ഫോർ തി ഇൻഫർമേഷൻ.

എസ് ഐ ഒരു പേനയും പേപ്പറും എടുക്കാൻ സിജുവിനോട് ആംഗ്യം കാണിച്ചു ചോദിച്ചു. എന്നിട്ട് അതിൽ ഫോണിലൂടെ കേട്ട ഒരു

ഫോൺ നമ്പർ കുറിച്ചെടുത്തു.

സഹദേവൻ : ഒരു പ്രധാനപ്പെട്ട ഇൻഫർമേഷൻ ആണ് നമുക്ക് ലഭിച്ചിരിക്കുന്നത്. ഈ പറയപ്പെടുന്ന ആൾ നമ്മുടെ അന്വേഷണത്തിന് ഇടയിൽ നമ്മൾ അപ്രസക്തമായി കണ്ട ഒരു ഭാഗമാണ്. ഒരു പക്ഷെ റോബിൻ കണ്ടെന്ന് പറഞ്ഞ ടാക്സിക്കാരനെ അയാൾക്ക് തിരിച്ചറിയാൻ കഴിഞ്ഞാൽ ഈ കേസ് ഇവിടെ വെച്ച് ക്ലോസ് ആകുകയാണ്.

സാറ : സാർ, ഈസ് ഇറ്റ് സുരേഷ് ?.

സഹദേവൻ : യെസ്, വി ആർ ക്ലോസ് ടു ഹിം. നമ്മൾ ചോദ്യം ചെയ്തപ്പോൾ അയാൾ ഒരു ചെറിയ കളവു നമ്മളോട് പറഞ്ഞു. ആ കള്ളം തന്നെയാണ് നമ്മളെ അയാളിലേക്ക് അടുപ്പിക്കുന്നത്.

സുരേഷ് ആദ്യമേ സമ്മതിച്ചതാണ് അയാൾ തന്നെയാണ് ജോമോളെ കൊണ്ട് വിട്ടതെന്ന്. അത് കൊണ്ട് തന്നെ റോബിൻ ഇനി അയാളെ തിരിച്ചറിഞ്ഞാലും നമുക്ക് അയാളെ സംശയിക്കാൻ പഴുതുകൾ ഇല്ലായിരുന്നു. പക്ഷേ അയാൾ അന്ന് ചോദ്യം ചെയ്തപ്പോൾ നമ്മളോട് പറഞ്ഞത് അയാൾ ധരിച്ചത് സ്കൈ ബ്ളൂ യൂണിഫോം ആണെന്നാണ്. പക്ഷേ റോബിൻ കണ്ടത് കാക്കി ഡ്രസ്സ് ധരിച്ച ആളെയാണ്. അതെ പോലെ അവരുടെ കമ്പനി റിപ്പോർട്ട് ചെയ്തിട്ടുണ്ട് സുരേഷിന്റെ കാക്കി പ്രേമം.

സഹദേവൻ ഇരുന്ന സ്ഥലത്ത് നിന്നു എഴുന്നേറ്റു. എന്നിട്ട് സിജുവിനോട് പറഞ്ഞു.

സഹദേവൻ : നമ്മൾ അവസാന ലാപ്പിൽ ആണ്. തെളിവുകളുടെ ബലത്തിൽ ആകണം ഇനി ഒരാൾ നമ്മുടെ കസ്റ്റഡിയിൽ എത്തുകയാണെങ്കിൽ.. സോ സിജു, you must get a valid evidence from him. അവനെ പൂട്ടണം.

സാറ : നമ്മൾ രണ്ടു ബോഡിയിൽ നിന്നും കണ്ടെടുത്ത നൂലിന് വളരെ സാമ്യം ഉണ്ട്. രണ്ടു നൂലും ഒരേ ബ്രാൻഡിൽ ഉണ്ടാക്കിയ വസ്ത്രത്തിൽ നിന്നാണ്. നമുക്ക് ഈ പറയുന്ന ആളുടെ വീട്ടിൽ നിന്ന് അത്തരത്തിൽ ഉള്ള സ്പെസിമെൻ കിട്ടിയാൽ ചോദ്യം ചെയ്യാൻ ഉള്ള കാരണമായി. പിന്നെ ഫിംഗർ പ്രിന്റ് കൂടി സാമ്യമായൽ നമുക്ക് ഈ കേസ് ഇവിടെ ക്ലോസ് ചെയ്യാമായിരിക്കും, If there is no further twist .

അത് കേട്ടതും സഹദേവൻ ചെറുതായി ഒന്ന് പുഞ്ചിരിച്ചു.

സിജു : സാർ, we are going to close this case very soon , I will do my level best.

സഹദേവൻ : ഗുഡ്. സാറ, നിങ്ങൾ ജോമോനുമായി പരിചയമുള്ള തല്ലേ. പറ്റുമെങ്കിൽ റോബിനെ സൈക്യാട്രി ഹോസ്പിറ്റലിൽ പോയൊന്ന് കാണണം. അതിനപ്പുറം തന്റെ സുഹൃത്തിന് വേണ്ടൊരു സപ്പോർട്ട് ഒക്കെ കൊടുക്കണം.

സാറ: ഉറപ്പായും സാർ.

അവർ ആ സംഭാഷണം മതിയാക്കി അവരവരുടെ ഉത്തരവാദിത്തം പൂർത്തിയാക്കാൻ അവിടുന്ന് ഇറങ്ങി.

അദ്ധ്യായം 23

വൈകാതെ സിജു വേഷം മാറി സുരേഷിന്റെ വീട്ടിൽ എത്തി. അതിനു മുൻപ് തന്നെ അയാൾ സുരേഷിന്റെ സ്വഭാവം അയാളുടെ നാട്ടിൽ നിന്ന് അറിഞ്ഞു മനസ്സിലാക്കാൻ ശ്രമിച്ചു. പൊതുവേ അയാൾ ഒരു നല്ല മനുഷ്യനാണെന്നാണ് നാട്ടുകാർ പറഞ്ഞത്. ശാന്തപ്രകൃതം. നാട്ടിൽ അറിയപ്പെടുന്ന ഡ്രൈവർ. അയാൾ മിക്കപ്പോഴും വണ്ടി ഓട്ടത്തിൽ ആയിരിക്കും. ചില സമയങ്ങളിൽ രണ്ടോ മൂന്നോ ദിവസം കൂടുമ്പോൾ ആണ് വീട്ടിൽ എത്തുക. ചിലപ്പോൾ വീട്ടിൽ ഭാര്യയുമായി ഇടയ്ക്കിടെ ചെറിയ വഴക്കുകൾ ഉണ്ടാകാറുണ്ട് എന്നാണ് ചിലർ പറഞ്ഞു സിജുവിന് അറിയാൻ കഴിഞ്ഞത്.

സുരേഷിന്റെ വീട് ഒരു ഇടത്തരം വീടാണ്. വീട്ടിൽ ചെന്ന് അയാൽ കോളിംഗ് ബെൽ അടിച്ചു. ഒരു സ്ത്രീയും ഒരു കുട്ടിയും ഇറങ്ങി വന്നു. ആ സ്ത്രീയുടെ ശരീര പ്രകൃതം കുറച്ചു തടിച്ചിട്ടാണ്. ആറു വയസ്സ് വരുന്ന ഒരു ആൺകുട്ടി വാതിക്കൽ വന്നു ഒന്ന് എത്തി നോക്കിയിട്ട് ഉള്ളിലേക്ക് കയറിപ്പോയി.

സ്ത്രീ: ആരാ?

സിജു : അണ്ണൻ പറഞ്ഞിട്ടാണ് വരുന്നത്. ആ കാക്കി യൂണിഫോം കൊണ്ട് ചെല്ലാൻ പറഞ്ഞു. എങ്ങോട്ടോ ദൂര ഓട്ടം ഉണ്ടെന്നാ പറഞ്ഞത്.

സ്ത്രീ : ഹും, ഓട്ടം, വല്ല പെണ്ണുങ്ങളുടെ കൂടെ പോകാനാകും. എന്തായാലും വേണ്ടില്ല ഞാനും എന്റെ കൊച്ചും പട്ടിണി കിടക്കാതെ ഇരുന്നാമതി.

സിജു : അതിനു വേണ്ടിയല്ലേ അണ്ണൻ പണി എടുക്കുന്നത്.

സ്ത്രീ: ഉം, നീലയാണോ, അതോ കാക്കിത്തുണിയോ?

സിജു : രണ്ടും എടുക്കാനാണ് അണ്ണൻ പറഞ്ഞത്.

സ്ത്രീ : അപ്പോൾ ഇനി ഊരു തെണ്ടൽ ആയിരിക്കും. ഒരാഴ്ചയ്ക്ക് ഇനി അങ്ങേരു ഈ വഴിക്ക് വരില്ലല്ലെ?.

സിജു ഒന്നും മിണ്ടാതെ പുറത്ത് നിന്നു. ആ സ്ത്രീ ഒരു കവറിൽ സുരേഷിന്റെ രണ്ടു യൂണിഫോം ഷർട്ട് പൊതിഞ്ഞു കൊണ്ട് വന്നു കൊടുത്തു.

സിജു ആ വസ്ത്രവുമായി സ്റ്റേഷനിൽ എത്തിയപ്പോൾ സമയം ഏകദേശം വൈകുന്നേരം ആയി. മൃതശരീരത്തിൽ നിന്ന് കിട്ടിയ നൂലും സുരേഷിന്റെ വസ്ത്രത്തിന്റെ നൂലും ഫോറൻസിക് പരിശോധനക്ക് അയച്ചു. രാത്രി എട്ട് മണിയായപ്പോഴേക്കും പരിശോധനയിൽ സാംപിൾ തമ്മിൽ രണ്ടും മാച്ച് ആകുന്നതായി കണ്ടെത്തി. സുരേഷിന്റെ കമ്പനി ഐഡിയിൽ ഉള്ള തമ്പ് പ്രിന്റും ട്രെയിനിന്റെ സീറ്റിന് അടിയിൽ കണ്ടെത്തിയ വിരലടയാളവും തമ്മിൽ ഉള്ള സാമ്യം ഫോറൻസിക് ടീം പോലീസിനെ അറിയിച്ചു.

സഹദേവൻ : ഇനി ഒന്നും ആലോചിക്കേണ്ടുന്ന ആവശ്യം ഇല്ല. സുരേഷിനെ അറസ്റ്റ് ചെയ്യാൻ ഉള്ള തെളിവുകൾ നമ്മുടെ കയ്യിൽ ഇപ്പോൾ ആവശ്യത്തിന് ഉണ്ട്.

സുരേഷിനെ അറസ്റ്റ് ചെയ്യാൻ ഉള്ള ഫോഴ്സിനെ തയ്യാറാക്കാൻ ഉള്ള നിർദ്ദേശം നൽകി സഹദേവൻ ഫോൺ എടുത്തു സാറക്കു റിംഗ് ചെയ്തു.

സഹദേവൻ : സാറ , എവിടാണ്?

സാറ : ഞാൻ ഹോസ്പിറ്റലിലാണ് സാർ. റോബിനെ കാണാൻ വന്നതാണ്. ജോമോനും ഉണ്ട് കൂടെ.

സഹദേവൻ : ഓക്കേ.. ഗുഡ്.

ഇന്ന് രാത്രി നമ്മൾ ജോമോളുടെയും ആലുവയിലെ കൊലപാതക കേസും ക്ലോസ് ചെയ്യും.

സാറ : സാർ കൺഫേം ആയോ.

സഹദേവൻ : 99 % sure ആണു. ഇനി കൃത്യം നടത്തിയത് എങ്ങനെയെന്ന് അവന്റെ വായിൽ നിന്ന് കേൾക്കുക കൂടി ചെയ്താൽ മതി. Lets see.

സഹദേവൻ സാറയുമായി സംസാരിക്കുന്നത് ജോമോൻ ശ്രദ്ധിക്കുന്നുണ്ടായിരുന്നു. ഈ സമയം പോലീസുകാർ സുരേഷിന്റെ അറസ്റ്റിനു വേണ്ടി സിറ്റി മൊത്തം വലവിരിച്ചിരുന്നു.

അദ്ധ്യായം 24

സമയം രാത്രി പത്തു മണിയായി.എല്ലായിടത്തും ഇരുട്ട് വ്യാപിച്ചിരിക്കുന്നു. നഗരത്തിലെ ആളനക്കം കുറഞ്ഞു തുടങ്ങിയിരിക്കുന്നു. സുരേഷിന് വേണ്ടിയുള്ള തിരച്ചിലിലാണ് പോലീസ്. പക്ഷെ സമയം ഇത്ര ആയിട്ടും അവർക്കു അയാളെ കുറിച്ച് ഒരു വിവരവും കിട്ടിയില്ല. അയാളുടെ ഫോൺ കുറേ സമയമായി സ്വിച്ച്ഡ് ഓഫ് ആണ്.

ക്ഷമ നശിച്ച പോലീസ് അയാളെ അന്വേഷിച്ച് അവരുടെ വീട്ടിൽ ചെല്ലുന്നു. അയാളുടെ ഭാര്യയും മകനും മാത്രമെ ഉണ്ടായിരുന്നുള്ളൂ. ആ സമയത്ത് പോലീസിനെ കണ്ടതും ആ സ്ത്രീയുടെ മുഖത്തു ചെറിയ ഭയം നിഴലിച്ചു.

പോലീസ് : സുരേഷ് എവിടെ, സത്യം പറ.?

സ്ത്രീ: സാറേ എട്ടു മണി വരെ സുരേഷേട്ടൻ ഇവിടെ ഉണ്ടായിരുന്നു. ഭക്ഷണം കഴിച്ചു കൊണ്ടിരുന്നപ്പോൾ ഇന്ന് ഉച്ചക്ക് ഒരാൾ വന്നു അദ്ദേഹത്തിന്റെ യൂണിഫോം കൊണ്ടുപോയ കഥ പറഞ്ഞപ്പോൾ മുതൽ സുരേഷേട്ടൻ വല്ലാത്ത അസ്വസ്ഥനായിരുന്നു. അതിനിടയിൽ ഏട്ടന് ഒരു നെറ്റ് കോളും വന്നു. ആ കോൾവന്ന ശേഷം വളരെ ധൃതിയിൽ കുറച്ചു തുണിയും എടുത്തു ആളിവിടുന്നു പോയതാ. ഇപ്പൊ വിളിച്ചപ്പോൾ മൊബൈൽ സ്വിച്ച്ഡ് ഓഫ്.

ആ സ്ത്രീ ആകുലതയോടെ ചോദിച്ചു.

എന്ത് പറ്റി സാറേ എന്റെ സുരേഷേട്ടന് ?

പോലീസ് : ഒന്നുമില്ല, ഇനി വിളിക്കുമ്പോൾ, അല്ലെങ്കിൽ ഇവിടെ വരുമ്പോൾ ഞങ്ങളെ ഒന്നറിയിക്കണം. അല്ലേൽ സുരേഷിനോട് സ്റ്റേഷൻ വരെ ഒന്ന് വരാൻ പറയണം. ഇതും പറഞ്ഞു പോലീസുകാർ ജീപ്പിൽ കയറി മുൻപോട്ടു നീങ്ങി.

സമയം ഏകദേശം പതിനൊന്നു മണി ആയിക്കാണും. പോലീസ് കൺട്രോൾ റൂമിലേക്ക് ഒരു മെസ്സേജ് വന്നു. നാഷണൽ ഹൈവേയിൽ ഒരു ലോറിയുടെ മുന്നിൽപെട്ട് കാർ മറിഞ്ഞ് ഡ്രൈവർ അതിദാരുണമായി കൊല്ലപ്പെട്ടു.

സ്റ്റേഷൻ പരിധിയിൽപ്പെട്ട കേസ് ആയതിനാൽ സഹദേവനും സംഘവും അവിടെ പെട്ടെന്ന് എത്തിച്ചേർന്നു. ലോറി അവിടെ നിർത്തിയിയിട്ടിട്ടുണ്ട്. അതിന്റെ ഡ്രൈവറും അവിടെ തന്നെയുണ്ടായിരുന്നു. വണ്ടിയുടെ പൊസിഷൻ വെച്ച് കാർ തെറ്റായ ദിശയിൽ ആയിരുന്നു കിട

ന്നിരുന്നത്. മറിഞ്ഞ കാർ ആകെ പൊളിഞ്ഞു കിടക്കുകയാണ്. കാറിന്റെ ഇടിയുടെ ആഘാതത്തിൽ റോഡിലെ ഡിവൈഡർ പൊളിഞ്ഞു വീണു കിടക്കുന്നുണ്ട്. റോഡിൽ കാറും ലോറിയും ബ്രേക്ക് പിടിച്ചതിന്റ കറുത്ത പാട് നെടുനീളെ വരഞ്ഞുകിടക്കുന്നുണ്ട്.

ലോറി ഡ്രൈവർ പറഞ്ഞത് അനുസരിച്ചു കാർ വളരെ വേഗത്തിൽ ആണ് വന്നിരുന്നത്. കുറഞ്ഞത് ഒരു നൂറ്റിഇരുപതു കിലോമീറ്റർ സ്പീഡ് കാണും എന്ന് ലോറി ഡ്രൈവർ നിഗമനം പറഞ്ഞു. കാർ എതിർദിശയിൽ കയറി വരുന്നത് കണ്ടപ്പോൾ തന്നെ ലോറിഡ്രൈവർ ബ്രേക്ക് ചവിട്ടി. പക്ഷേ നിയന്ത്രണം ഇല്ലാതെ കാർ വളരെ വേഗത്തിൽ മലക്കം മറിഞ്ഞു ലോറിയിലും പിന്നെ ഡിവൈഡറിലും ഇടിച്ചു തകർന്നു.

കാർ ഡ്രൈവർ അപകട സ്ഥലത്ത് വെച്ച് തന്നെ മരിച്ചു എന്ന് അപകടത്തിൽ രക്ഷാപ്രവർത്തനത്തിൽ ഏർപ്പെട്ട ആംബുലൻസ് ടീം പോലീസിനെ അറിയിച്ചു.

സഹദേവനും ടീമും കാർ ഡ്രൈവറെ കൊണ്ട് പോയ ആശുപത്രിയിലേക്ക് തിരിച്ചു. ഇനി ബോഡി തിരിച്ചറിയണം. അപകട കാരണം എല്ലാം ഇനി പരിശോധിക്കേണ്ടത് ആണ്.

അമിത വേഗതയാണ് അപകടകാരണമെന്ന് ക്യാമറ പരിശോധിച്ചപ്പോൾ പോലീസിന് കാര്യം മനസ്സിലായി. ഐഡന്റിഫിക്കേഷൻ ഒടുവിൽ ബോഡി തിരിച്ചറിഞ്ഞു.

ഡെഡ് ബോഡിയുടെ പേര് കേട്ടപ്പോൾ സഹദേവൻ ആകെ ഞെട്ടിത്തരിച്ചു.

'സുരേഷ്.'

കഴിഞ്ഞ മൂന്നു നാല് മണിക്കൂർ തങ്ങൾ തിരഞ്ഞു നടന്ന ആ കൊലപാതകി ഇപ്പോൾ ശവമായി മുന്നിൽ വന്നു കിടക്കുന്നു.

അയാളുടെ മരണം അയാൾ ചെയ്ത പാപങ്ങൾക്കുള്ള ശിക്ഷയായി പ്രകൃതിയും ദൈവവും ഒരുക്കിയതാണെന്ന് സഹദേവൻ വിശ്വസിച്ചു.

അടുത്ത ദിവസം രാവിലെ സഹദേവനും സാറയും അടങ്ങുന്ന ടീം സ്റ്റേഷൻ ഡിസ്കഷൻ റൂമിൽ കൂടി.

സഹദേവൻ : ജോമോൾ കേസും ആലുവയിലെ കേസും ഇവിടെ നമ്മൾ അടക്കുകയാണ്.

ഒരു പക്ഷെ നമുക്ക് പ്രതിയെ പിടിക്കാൻ പറ്റിയില്ലെങ്കിലും നമ്മൾ എല്ലാം വിശ്വസിക്കുന്ന നന്മയുടെ ഒരു അദൃശ്യ ശക്തി ഇന്നലെ സുരേഷിന്റെ വിധി നടപ്പിലാക്കി. ഈ കൊലപാതകം നടത്തിയ പ്രതി എന്ന് ശാസ്ത്രീയ തെളിവുകളുടെ അടിസ്ഥാനത്തിൽ നമ്മൾ കണ്ടെത്തിയ

പ്രതി സുരേഷ് ഇന്നലെ ഈ ലോകത്തോട് വിട പറഞ്ഞിരിക്കുന്നു. അയാൾക്കുള്ള ശിക്ഷ ദൈവം തന്നെ നടപ്പാക്കിയിരിക്കുന്നു. സോ ഈ ചാപ്റ്റർ ഇവിടെ ക്ലോസ് ആകുകയാണ്.

അദ്ധ്യായം 25

സമയം ഉച്ച കഴിഞ്ഞു. ജോമോൻ ആശുപത്രിയിൽ റോബിന്റയൊപ്പമാണ്. റോബിന്റെ പപ്പയും മമ്മിയും യുഎസിൽ നിന്ന് വന്നിട്ടുണ്ട്. ഇന്ന് റോബിനെ ഹോസ്പിറ്റലിൽ നിന്ന് ഡിസ്ചാർജ് ചെയ്യുന്ന ദിവസമാണ്.

ഡോക്ടർ : റോബിന് നിങ്ങൾ കുറച്ചു കൂടി അറ്റെൻഷൻ കൊടുക്കണം. ഇപ്പോഴും അവന്റെ ഡിപ്രഷൻ പൂർണമായും മാറിയിട്ടില്ല. തന്നിരിക്കുന്ന മരുന്നുകൾ മുടക്കം കൂടാതെ എടുക്കുന്നുണ്ട് എന്ന് നിങ്ങൾ ഉറപ്പു വരുത്തണം. പരിചയം ഇല്ലാത്തവരെ ഇപ്പോൾ അവനുമായി അടുപ്പിക്കാതെ ഇരിക്കാൻ ശ്രമിക്കുക. അവനെ സംബന്ധിച്ച് ഒരു ട്രസ്റ്റ് ഇഷ്യൂ ആണത്. ചെറിയ കുട്ടികളെ പോലെ പരിചയം ഉള്ളവരെ കാണുമ്പോൾ അടുക്കുകയും അപരിചിതരെ കാണുമ്പോ ഓടി മറയാൻ ശ്രമിക്കുന്ന ഒരു ഇൻട്രോവേർട്ടഡ് സ്വഭാവമാണ് ഇപ്പോൾ റോബിനിൽ കാണുന്നത്. പതിയെ പതിയെ എല്ലാം ശരിയാവും.

റോബിന്റ അമ്മ അവന്റെ തലയിൽ തലോടി കൊണ്ടിരുന്നു. അപ്പാപ്പനും ജോമോനും മരുന്നും മറ്റും വാങ്ങി അവരോടൊപ്പം വീട്ടിലേക്ക് പോന്നു.

അടുത്ത ദിവസം ജോമോൻ സാറയെ വിളിച്ച് ജോമോളുടെ പോസ്റ്റ് മോർട്ടത്തിന്റെയും ഫോറൻസികിന്റെയും റിപ്പോർട്ട് ചോദിച്ചു.

അന്നുരാവിലെ ഒരു പതിനൊന്നു മണിയായപ്പോൾ സാറ ആ റിപ്പോർട്ടുമായി ജോമോന്റെ അടുത്തെത്തി.

സാറ : ജോ, നമുക്ക് കേൾക്കാനും ചിന്തിക്കാനും കഴിയാത്ത വിധം ക്രൂരതയാണ് ജോമോൾ നേരിട്ടത്. പിന്നെ ഈ പറയപ്പെടുന്ന സുരേഷ് ഇതിന് സമാനമായ വേറെ ഒരു കൃത്യം രണ്ട് ദിവസങ്ങൾക്ക് മുൻപ് ആലുവയിൽ വെച്ചും ചെയ്തിട്ടുണ്ട്.

ജോമോൻ തല കുനിച്ചിരുന്ന് ആ റിപ്പോർട്ടിൽ നോക്കിക്കൊണ്ടിരുന്നു. അയാളുടെ കണ്ണുകളിൽനിന്ന് കണ്ണുനീരൊലിച്ച് ആ റിപ്പോർട്ടിൽ വീഴുന്നു.

കണ്ണുതുടച്ചുകൊണ്ട് ജോമോൻ : ഒറ്റയ്ക്കൊരാൾക്ക് ഇത്ര വലിയ കുറ്റകൃത്യമൊക്കെ ചെയ്യാൻ കഴിയുമോ ? അതും പരസഹായം ഇല്ലാതെ.

സാറ : (ചെറുതായി പുച്ഛത്തോടെ ചിരിക്കുന്നു) ജോ, നമ്മുടെ മുൻപിൽ എത്ര കേസുകൾ കിടക്കുന്നു. സൗമ്യ വധക്കേസ്, ജിഷ വധക്കേസ്. ഇതിൽ എല്ലാം കുറ്റവാളികൾ ഒരാള് തന്നെയല്ലേ.

ജോമോൻ : (വിതുമ്പി കൊണ്ട്) വെറും സ്വർണ്ണത്തിന് വേണ്ടിയാണ് അയാളെന്റെ കുഞ്ഞിനെ കൊന്നതെന്ന് വിശ്വസിക്കാൻ കഴിയുന്നില്ല.

സാറ : ജോ, എല്ലാം കഴിഞ്ഞു. ഇനി പറഞ്ഞിട്ട് എന്ത് കാര്യം. അവൻ ചെയ്തതിനുള്ള ശിക്ഷ അവനു കിട്ടി.

അതും പറഞ്ഞു ജോമോനെ ആശ്വസിപ്പിച്ചു കൊണ്ട് സാറ അവിടുന്നിറങ്ങി.

അദ്ധ്യായം 26

ഏകദേശം ഒരാഴ്ച കഴിഞ്ഞു കാണും. ജോമോന്റെ മനസ്സ് തീരെ ശാന്തമാകുന്നില്ല. ജോമോളെ കുറിച്ചും റോബിന്റ ഇപ്പോഴത്തെ അവസ്ഥയുമെല്ലാം അയാളെ വല്ലാതെ വേട്ടയാടാൻ തുടങ്ങി. രണ്ടു ദിവസം മുൻപ് റോബിൻ അവന്റെ അപ്പന്റെയു അമ്മയുടെയും ഒപ്പം യുഎസിലേക്ക് പോയി. ഈ തവണ അവർ അമ്മച്ചിയെയും ഒപ്പം കൂടെ കൂട്ടി. അപ്പാപ്പൻ നാട്ടിൽ ഉള്ള സ്ഥലവും മറ്റും വിറ്റു. അവരിനി യൂഎസിൽ സെറ്റിൽ ആകാൻ ഉള്ള പരിപാടിയിലാണ്. ഇനി അവർ നാട്ടിലേക്ക് വരാൻ ഉള്ള സാഹചര്യം വളരെ കുറവാണ്. കാരണം റോബിൻ അവന്റെ ഇപ്പോളത്തെ മാനസികാവസ്ഥയിൽ നിന്ന് പുറത്ത് വരാൻ ഒരുപക്ഷെ വളരെ സമയം എടുത്തേക്കാം.

ഈ ചിന്തകൾക്ക് നടുവിലും ജോമോനെ ഭരിച്ച ചോദ്യം ഇതായിരുന്നു. എന്തിന് ആയിരിക്കാം സുരേഷ് ഇത്തരത്തിൽ ഉള്ള കൃത്യത്തിന് മുതിർന്നത്?

വെറും സ്വർണ്ണം മാത്രമാണ് ലക്ഷ്യമെങ്കിൽ എന്തിനവളെ കൊന്നു?

ട്രെയിനിൽ സീറ്റിനു അടിയിൽ കണ്ടെത്തിയ രണ്ടാമത്തെ ഫിംഗർ പ്രിന്റിനു ഈ കൊലപാതകവുമായി എന്തേലും ബന്ധമുണ്ടോ ?

ഓരോന്ന് ചിന്തിക്കും തോറും ജോമോന് ഭ്രാന്തു പിടിച്ചു കൊണ്ടിരുന്നു.

അടുത്ത ദിവസം ജോമോൻ കൂട്ടുകാരൻ സാജനെയും വിളിച്ചു സുരേഷിന്റെ വീട് വരെ ഒന്ന് പോകാൻ തീരുമാനിച്ചു.ജോമോൻ ആദ്യം ഈ കാര്യം സാജനോട് പറഞ്ഞപ്പോൾ ഇത് കൂടുതൽ കുഴപ്പത്തിൽ തങ്ങളെ കൊണ്ടെത്തിക്കും എന്ന് അവൻ പേടിച്ചു.

സാജൻ: ടാ, ആ കേസ് തീർന്നു. ഇനി അതിന്റെ പിന്നാലെ നമുക്ക് പോകേണ്ട. (ഒരുനിമിഷം മൗനമായി നിന്നിട്ട് അവൻ തുടർന്നു) നമ്മുടെ പെങ്ങൾ പോയി. ഇനി അവളെ നമുക്ക് തിരിച്ചു കിട്ടില്ല. അയാൾ ചെയ്തതിനുള്ള ശിക്ഷ ദൈവം അയാൾക്ക് കൊടുക്കുകയും ചെയ്തു. എന്തിനാണ് ചുമ്മാ ഇനി നമ്മൾ അവിടെ പോകുന്നത്.?

ജോമോൻ : ടാ, അങ്ങനെയല്ല. മനസു വല്ലാതെ പറയുന്നു. അവിടെ പോകണം. ആ വീട്ടുകാരോട് സംസാരിക്കണം. നിനക്ക് പേടിയാണേൽ വേണ്ട. ഞാൻ ഒറ്റക്ക് പൊയിക്കൊള്ളം.

സാജൻ : (എന്തോ ആലോചിച്ചു കൊണ്ട്) അങ്ങനെ പേടിയൊന്നുമില്ല. പക്ഷേ നിനക്ക് അറിയാമല്ലോ രണ്ടു ദിവസം കൂടി കഴിഞ്ഞാൽ എനിക്ക് ഗൾഫിലേക്ക് പോകേണ്ടതാണെന്ന്. ഇനി അവിടെ ചെന്ന് എന്തേലും പ്രശ്നം ഉണ്ടായാൽ എന്റെ പോക്കിനെ ബാധിക്കുമോ എന്നൊരു ഉൾഭയം.

ജോമോൻ : എനിക്ക് അവരെ ഒന്ന് കണ്ടേ പറ്റൂ. പിന്നെ ആ പാവം സ്ത്രീയോട് ഞാൻ എന്ത് പ്രശ്നം ഉണ്ടാക്കാൻ ?

സാജൻ : ഞാനും വരാം. പക്ഷേ നീ അവിടെ വെച്ച് ഒരു പ്രശ്നം ഉണ്ടാക്കില്ലെന്ന് ഉറപ്പ് തരണം.

അടുത്ത ദിവസം ജോമോനും സാജനും സുരേഷിന്റെ വീട്ടിൽ ചെന്നു. സാജന്റെ പുറകെ ജോമോനും ആ വീടിന്റെ മുറ്റത്തേക്ക് ചെറിയ പടവുകൾ കയറി ചെന്നു. അവർ ചെല്ലുമ്പോൾ സുരേഷിന്റെ വീട്ടു മുറ്റത്ത് അയാളുടെ മകൻ കളിച്ചു കൊണ്ടിരിക്കുകയായിരുന്നു. കളിച്ചു കൊണ്ടിരുന്ന മകൻ സാജനെ കണ്ടതും 'മാമ' എന്ന് വിളിച്ചു അടുത്തേക്ക് ഓടി അടുത്തു. തൊട്ട് പിന്നാലെ വന്ന ജോമോനെ കണ്ടതും 'അമ്മേ' എന്ന് വിളിച്ചു ആ കൊച്ചു തിരിഞ്ഞോടി.

തമാശയോടെ സാജൻ : എന്താടാ നിന്നെ കണ്ടതും ആ കൊച്ചു പേടിച്ചോടിയത്? ഒരു മനുഷ്യനെ പോലെ ഒക്കെ നോക്കടാ.

സാജന്റെ ചോദ്യത്തിന് മുഖം കൊടുക്കാതെ ജോമോൻ അയാളോടൊപ്പം ആ വീട്ടിലേക്ക് കയറിച്ചെന്നു. സുരേഷിന്റെ ഭാര്യ വീടിന്റെ ഉമ്മറത്തേക്ക് ഇറങ്ങി വന്നു. അവരെ കണ്ടതും ആ സ്ത്രീ വിങ്ങിപ്പൊട്ടി.

ജോമോൻ : ചേച്ചി, ഞാൻ ജോമോളുടെ ആങ്ങളയാണ്?. എന്റെ മന

സു കുറച്ചു ദിവസമായി നിങ്ങളെ വന്നു കാണണം എന്ന് പറയുന്നു.

സ്ത്രീ : ദൈവത്തെ ഓർത്തു അയാള് ചെയ്ത തെറ്റ് ഞങ്ങളോട് മാപ്പാക്കണം. ഞങ്ങളെ ഉപദ്രവിക്കരുത്. അയാൾ ചെയ്തതിനു ഉള്ള ശിക്ഷ ദൈവം അയാൾക്ക് കൊടുത്തിട്ടുണ്ട്.

ജോമോൻ : ഞാൻ നിങ്ങളെ ഉപദ്രവിക്കാൻ വന്നതൊന്നുമല്ല. എനിക്ക് ഒന്ന് മാത്രം അറിഞ്ഞാൽ മതി. എന്തിന് വേണ്ടിയാണ് അയാളീ ക്രൂരത എന്റെ പെങ്ങളോട് ചെയ്തത്? എന്റെ പെങ്ങളുടെ ഓർമ്മയുള്ള എന്തെങ്കിലും അയാള് ഇവിടെ വെച്ചിട്ടുണ്ടോ എന്നറിയാനുള്ള ഒരു ആകാംക്ഷ?

ജോമോൻ എഴുന്നേറ്റു ആ സ്ത്രീയുടെ അടുത്തുനിന്ന കൊച്ചിന്റെ തലയിൽ തലോടാൻ ശ്രമിച്ചപ്പോൾ കൊച്ചു അയാളുടെ കൈ തട്ടി മാറ്റി.

സ്ത്രീ : അറിയാത്ത ആൾക്കാരെ കണ്ടാൽ അവനു ഭയം ആണ്. വേറെ ഒന്നും വിചാരിക്കല്ലെ.

ജോമോൻ ആ കൊച്ചിനെ നോക്കി ഒന്ന് പുഞ്ചിരിച്ചു. എന്നിട്ട് സാജന്റെ ഒപ്പം തിരിച്ചുനടന്നു. ജോമോൻ പോകാൻ ഇറങ്ങിയപ്പോൾ ആ സ്ത്രീ ധൃതി പിടിച്ചു ഉള്ളിലേക്ക് നടന്നു. എന്നിട്ട് ഒരു പൊതി കൊണ്ട് വന്നു ജോമോന്റെ കയ്യിൽ കൊടുത്തു.

ആ പൊതി തുറന്നു കണ്ടതും ജോമോൻ കണ്ണുകൾ നിറഞ്ഞു. രണ്ടു കമ്മലുകൾ. ജോമോൻ അവളുടെ പിറന്നാളിന് വാങ്ങിക്കൊടുത്ത കല്ല് കൊണ്ടുള്ള ഒരു ജോഡി കമ്മൽ.

സ്ത്രീ : രണ്ടാഴ്ച മുൻപ് സുരേഷേട്ടൻ എനിക്ക് കൊണ്ട് തന്നതാണ് ഈ കമ്മൽ. പുതിയത് ആണെന്നാണ് അന്ന് എന്നോട് പറഞ്ഞത്. പക്ഷെ അതിന്റെ തൂക്കിനുള്ള ചെറിയ ഒരു വളവ് കണ്ടപ്പോഴാണ് എനിക്ക് മനസ്സിലായത് നേരായ മാർഗ്ഗത്തിൽ കൂടെ ഉള്ളതല്ലെന്ന്. പിന്നീട് മാലയും വളയുമൊക്കെ വാങ്ങിത്തരാം എന്നെന്നോട് പറഞ്ഞിരുന്നു. അങ്ങേരുടെ സ്വഭാവം അറിയുന്നത് കൊണ്ട് തന്നെ എനിക്ക് ഭയമാണ് ഇതൊക്കെ ധരിക്കാൻ. വല്ലയിടത്തുനിന്ന് മോഷ്ടിച്ചതാണോ എന്ന പേടി കാരണം ഞാൻ ഇത് ഇവിടെ സൂക്ഷിച്ചു വെച്ചിരിക്കുകയായിരുന്നു.

ആ സ്ത്രീ അത് പറയുമ്പോൾ അവളുടെ മുഖത്ത് സങ്കടവും അപമാനവും നിറഞ്ഞുനിൽക്കുന്നത് കാണാമായിരുന്നു.

ജോമോൻ ഒരു നിമിഷം എന്തോ ആലോചിച്ചിട്ട് അത് അവർക്ക് തിരിച്ചു കൊടുത്തുകൊണ്ട് പറഞ്ഞു.

ജോമോൻ : ചേച്ചി, ഇത് എനിക്കറിയില്ല. ചേച്ചി തന്നെ കയ്യിൽ വെച്ച്

കൊള്ളൂ. അതും പറഞ്ഞു ജോമോനും സാജനും അവിടെ നിന്നിറങ്ങി.

അടുത്ത ദിവസം രാവിലെ സാജൻ ഗൾഫിലേക്ക് പോകുകയാണ്. ജോമോന്റെ ഉറ്റ മിത്രം. ഏതിനും എന്തിനും വിളിച്ചാൽ ഇത്രനാൾ ഒപ്പം ഉണ്ടായവൻ പ്രവാസ ജീവിതത്തിലേക്ക് കടക്കാൻ പോകുകയാണ്. ഇനിയുള്ള ഒരു വർഷം സാജൻ പ്രവാസിയാണ്. ഒരു വർഷം കഴിഞ്ഞ് അയാൾക്ക് നാട്ടിലേക്ക് തിരികെ വരാൻ കഴിയുമെന്നുള്ള വിശ്വാസത്തിലാണ് അയാൾ പോകുന്നത്.

അദ്ധ്യായം 27

സമയം വളരെ വേഗത്തിൽ കടന്നു പോയി കൊണ്ടിരുന്നു. ജോമോളുടെ മരണവും അത് ഉണ്ടാക്കിയ മനസ്സിലെ വേദനകൾക്കൊക്കെ ചെറിയ ഒരു ശമനം വന്നു തുടങ്ങിയിരിക്കുന്നു ജോമോനും കുടുംബത്തിനും.

ഇന്ന് തീയതി 01/08/21

ജോമോൾ മരിച്ചിട്ട് ഒരു വർഷം ആയിരിക്കുന്നു. ഓർമ്മദിവസത്തിൽ രാവിലെ തന്നെ അവളുടെ കല്ലറക്കൽ ജോമോനും അമ്മയും പൂക്കളും മെഴുകുതിരിയും കത്തിച്ചു പ്രാർത്ഥിച്ചു.

ജോമോൻ പ്രാർത്ഥന കഴിഞ്ഞു പള്ളിയിൽ നിന്ന് ഇറങ്ങിയപ്പോൾ ഒരു കോൾ വന്നു. തന്റെ ആത്മാർത്ഥ സുഹൃത്തു സാജൻ ഫോണിനപ്പുറത്ത്. ഒരു വർഷത്തിന് ശേഷം അയാൾ ലീവിന് നാട്ടിൽ തിരിച്ചെത്തിയതാണ്. കുറച്ചു നാളത്തെ ഇടവേളക്ക് ശേഷം ഒരുമിച്ചു കൂടാൻ വിളിച്ചതാണ്.

സാജൻ കൂട്ടുകാർക്കു വേണ്ടി വിലകൂടിയ മദ്യവും മറ്റും കൊണ്ടുവന്നിട്ടുണ്ട് അവരെ സൽക്കരിക്കാൻ. അവർക്ക് ആരുടെയും ശല്യം ഇല്ലാതെ സൊറ പറഞ്ഞിരിക്കാൻ ഒരു സ്ഥലം വേണം.

സാജൻ വിളിച്ചപ്പോൾ ജോമോൻ അവനെ ഇന്നത്തെ ദിവസത്തിന്റെ പ്രത്യേകത ഓർമിപ്പിച്ചു. അത് കേട്ടപ്പോൾ സാജൻ ഒരു നിമിഷം മൗനം ആയി നിന്നു.

ജോമോൻ : നീ വിഷമിക്കണ്ട എന്തായാലും നാളെ നമുക്ക് കൂടാം. വൈകുന്നേരം തെക്കെ റോഡിന് ഉള്ളിലേക്ക് ഒരു രണ്ടു കിലോമീറ്റര് മാറി ഉള്ള സർപ്പക്കാവിന്റെ അടുത്തുള്ള സ്ഥലം നല്ല വൈബ് ആണ്. നല്ല നിശ്ശബ്ദത നിറഞ്ഞ അന്തരീക്ഷം പോരാത്തതിന് ആ പരിസരത്ത് ആൾതാമസവും ഇല്ല.

സാജൻ : എന്റെ പൊന്ന് ജോ, എനിക്ക് വയ്യ വല്ല പാമ്പിന്റെ കടി കിട്ടി ചാവാൻ.

കണ്ണിറുക്കിക്കൊണ്ട് ജോമോൻ : പാമ്പല്ല, ചേമ്പാണ്... കാവും പാമ്പും ഒക്കെ പഴയ സിനിമയിലാണുള്ളത്. ചുമ്മ മനുഷ്യനെ പേടിപ്പിക്കാൻ.

സാജൻ : എന്നാൽ നീ പറയുന്നതുപോലെ നാളെ വൈകുന്നേരം. എന്തായാലും കൂടെ സഞ്ജുവിനെയും മനുവിനെയും കൂടി വിളിച്ചേക്ക്.

അടുത്ത ദിവസം വൈകുന്നേരം 3 മണി ആയപ്പോഴേക്കും സാജനും, ജോമോനും, സഞ്ജുവും മനുവും സർപ്പക്കാവില് കൂടാൻ ഒരുമിച്ചു.

നല്ല സ്ഥലം, മരങ്ങൾ തിങ്ങിനിറഞ്ഞു നിൽക്കുന്ന സ്ഥലം ആയതുകൊണ്ട് പുറത്തെ സ്ഥലത്തെക്കാൾ കുറച്ചു ഇരുട്ട് കൂടുതലാണവിടെ. വളരെ നിശബ്ദതയുള്ള സ്ഥലം. ചെറുതായി വീശുന്ന ഇളം കാറ്റ് അവർക്ക് കൂടുതൽ ആസ്വാദ്യകരമായ കാലാവസ്ഥയാക്കിമാറ്റി.

പാട്ടുകളും സൊറ പറച്ചിലും ആയി അങ്ങനെ സമയം കടന്നു പോയി കൊണ്ടിരുന്നു. സമയം കുറച്ചു കഴിഞ്ഞപ്പോൾ മദ്യം ചെറുതായി എല്ലാവരുടെയും തലക്ക് പിടിക്കാൻ തുടങ്ങി. സ്വസ്ഥസുന്ദരമായ കാലാവസ്ഥയിൽ എല്ലാവരും അവിടുത്തെ മരത്തണലിൽ കുറച്ചു നേരം കിടന്നുറങ്ങി.

കുറച്ചു കഴിഞ്ഞു ജോമോൻ കണ്ണ് തുറന്നു നോക്കി. എല്ലാവരും നല്ല ഉറക്കത്തിലാണ്. അവൻ അവിടെ കിടന്ന കുപ്പികൾ എല്ലാം നോക്കി. എല്ലാം കാലി. അവൻ മനുവിനെയും സഞ്ജുവിനെയും തട്ടിവിളിച്ചു എന്നിട് അവരുടെ കയ്യിൽ പൈസ കൊടുത്തിട്ട് ഒരു കുപ്പി മദ്യം കൂടി വാങ്ങി വരാൻ പറഞ്ഞു.

മനുവും സഞ്ജുവും ബൈക്ക് സ്റ്റാർട്ട് ചെയ്യുന്ന ശബ്ദം കേട്ട് സാജൻ പാതി കണ്ണ് തുറന്നു നോക്കി.

ജോമോൻ: അളിയാ, നീ ഉറങ്ങിക്കോ? അവന്മാർ സാധനമായി ഇപ്പോൾ എത്തും? ഇന്ന് നമുക്ക് വെള്ളം അടിച്ചു മരിക്കാം.

സാജൻ നല്ല മദ്യലഹരിയിൽ ആണ്. സാജൻ ജോമോന്റെ പറച്ചിൽ കേട്ടിട്ട് ഒന്ന് ചിരിച്ചിട്ട് വീണ്ടും കണ്ണടച്ച് കിടന്നു. സഞ്ജുവും മനുവും അവിടെ നിന്ന് ബൈക്കിൽ പോകുന്നു. അവിടെ നിന്ന് ബിവറേജസിലേക്കുള്ള ദൂരം അനുസരിച്ചു സാധനം കൊണ്ട് വരാൻ ഏകദേശം രണ്ടു മണിക്കൂർ വേണ്ടി വരും.

സാജൻ ഉറങ്ങി കിടക്കുകയാണ്. ഉറങ്ങി കിടക്കുന്നതിനിടയിൽ സാജന്റെ കാലിൽ എന്തോ കടിക്കുന്നതായി അയാൾക്ക് തോന്നി. മറ്റേ കാലു കൊണ്ട് സാജൻ അതിനെ തട്ടിക്കളായൻ ശ്രമിക്കുമ്പോൾ വീണ്ടും ഒരു കടികൂടെ കാലിൽ കിട്ടുന്നു. വേദനയിൽ പെട്ടെന്ന് കണ്ണ് തുറന്നു നോക്കിയപ്പോൾ ആ കാഴ്ച കണ്ട് അയാൾ ഞെട്ടി.

സമയം ചെറുതായി ഇരുട്ടാൻ തുടങ്ങിയിരുന്നു. ആ ചെറിയ ഇരുട്ടിലും അയാൾക്ക് അത് അവ്യക്തമായി കാണാമായിരുന്നു. തന്റെ കാലിൽ വരിഞ്ഞു കെട്ടിയ രണ്ടു പാമ്പുകൾ. ആ പാമ്പുകൾ ഒരു പ്ലാസ്റ്റിക് കവറിന് ഉള്ളിൽ ആക്കി തന്റെ കാലു അതിനുള്ളിൽ ഇട്ടു ആരോ കെട്ടിയിരിക്കുന്നു. അയാള് കണ്ണ് തിരുമ്മി സൂക്ഷിച്ചു നോക്കി. ആരോ ഒരാൾതന്റെ കാലിന്റെ ഭാഗത്ത് ഒരു കല്ലിൽ ഇരുന്നു ഒരു സിഗരറ്റ് വലിച്ചു ഇരിക്കുന്നുണ്ട്. മങ്ങാൻ തുടങ്ങിയ ആ വെളിച്ചത്തിൽ അയാൾ വ്യക്തമായി ആ രൂപം കണ്ടു വീണ്ടും ഞെട്ടുന്നു. അയാളുടെ ചുണ്ട് അറിയാതെ ഉച്ചരിച്ചു.

ജോമോൻ...

അയാൾ സിഗരറ്റ് ഉള്ളിലേക്ക് വലിക്കുമ്പോൾ ഉണ്ടാകുന്ന തീയുടെ പ്രകാശത്തിൽ ജോമോന്റെ മുഖം സാജന് വ്യക്തമായി കാണാം . ജോമോന്റെ മുഖത്ത് നിറഞ്ഞു നിന്നിരുന്ന പകയും പ്രതികാരവും സാജനെ കൂടുതൽ ഭയമുള്ളവനാക്കി. ജോമോൻ സാജന്റെ കാലുകളിൽ വരിഞ്ഞു മുറുകിക്കിടക്കുന്ന പാമ്പിനെ നോക്കി ആസ്വദിക്കുകയാണ്.

സാജൻ എഴുന്നേൽക്കുകയോ ഓടുകയോ ചെയ്താൽ ഇനിയും പാമ്പിന്റെ കടി കിട്ടും. സാജൻ ശ്വാസം അടക്കിപ്പിടിച്ച് കരയാൻ തുടങ്ങി.

സാജൻ : ജോ, എന്നെ രക്ഷിക്കെടാ, എന്തിനാടാ നീ എന്നോട് ഇങ്ങനെയൊക്കെ ചെയ്യുന്നത്?.

ജോമോൻ കയ്യിലെ സിഗററ്റ് കത്തിച്ചുകൊണ്ട് സാജന്റെ അടുത്ത് വരുന്നു. എന്നിട്ട് കലങ്ങിയ കണ്ണുമായി ചോദിച്ചു.

എന്റെ പെങ്ങൾ എത്ര കരഞ്ഞിരിക്കും? അവളെ ഉപദ്രവിക്കല്ലെന്ന് നിന്നോട് അവള് എത്ര കെഞ്ചിക്കാണും?

സാജൻ: നീ എന്ത് വട്ടാണ് പറയുന്നത്. എന്നെ എങ്ങനെ എങ്കിലും രക്ഷിക്കണം, പ്ലീസ്... ഞാൻ എന്ത് വേണമെങ്കിലും ചെയ്തു തരാം.

ജോമോൻ: നിനക്ക് എന്റെ പെങ്ങളെ തിരിച്ചു തരാൻ പറ്റുമോ? നീ എന്റെ കൂടെ സുരേഷിന്റെ വീട്ടിൽ വന്ന അന്ന് മുതൽ ഞാൻ തിരിച്ചറിഞ്ഞതാണ് നിന്നിലെ മൃഗത്തെ.

സാജൻ: നീ എന്താണ് പറയുന്നത്.?

ജോമോൻ: ഞാൻ പറഞ്ഞുതരാം... ഞാനും നീയും സുരേഷിന്റെ വീട്ടിൽ പോയപ്പോൾ നിന്നെ കണ്ടതും സുരേഷിന്റെ മകൻ നിന്നെ തിരിച്ചറിഞ്ഞു. 'മാമ' എന്ന് വിളിച്ചു നിന്റെ അടുത്തേക്ക് ഓടി വന്നു. എന്നാൽ എന്നെ കണ്ടതും അവൻ ഭയന്ന് വീടിനുള്ളിലേക്കോടി. അതായത് ഒരു അപരിചിതനെ കാണുമ്പോൾ ഓടിയൊളിക്കുന്ന പ്രകൃതമുള്ള കുട്ടിക്ക് നീ എങ്ങനെ മാമനായി പൊലയാടി മോനെ. അതിനർത്ഥം നീ അവിടെ വന്നു പോയിട്ടുണ്ട് അല്ലെങ്കിൽ ആ കുട്ടിയെ എങ്ങനെയോ പരിചയം ഉണ്ടെന്നല്ലേ. തീർന്നില്ല, നീ ഗൾഫിലേക്ക് പോയതിന്റെ പിറ്റേന്ന് വീണ്ടും ഞാൻ ആ വീട്ടിൽ എത്തി. സുരേഷിന്റെ ഭാര്യയെ വീണ്ടും കണ്ടു. ആദ്യം അവർ നിരാകരിച്ചെങ്കിലും നിന്റെ അസാന്നിദ്ധ്യത്തിൽ അവർ എന്നോട് പറഞ്ഞു. നീ ആ വീട്ടിൽ 20/07/20ന് രാത്രിയിൽ വന്നിരുന്നെന്ന്. അതായത് ജോമോൾ മരിക്കുന്ന ദിവസം. പിന്നീട് നീ ആ വീട്ടിൽ എത്തുന്നത് സുരേഷ് മരിക്കുന്ന ദിവസമാണ്. നിന്നെ കണ്ടതിനു ശേഷമാണ് അയാൾ അവളുടെ വീട്ടിൽ നിന്ന് പോകുന്നതും പിന്നീട് മരിക്കുന്നതും.

ജോമോൻ ഇത്രയും പറഞ്ഞു കഴിഞ്ഞപ്പോഴേക്കും സാജൻ കരയാൻ തുടങ്ങിയിരുന്നു. കാലുകളിൽ വിഷം കയറുന്നതിന്റെ വേദന അയാൾക്ക് അനുഭവപെട്ടു. വേദനകൊണ്ട് അയാൾ കാലുകൾ കുടഞ്ഞു ആ കവർ ഊരിക്കളയാൻ ശ്രമിക്കുന്നതിനിടയിൽ പാമ്പുകൾ വീണ്ടും അയാളുടെ കാലിൽ ആഞ്ഞുകൊത്തിക്കൊണ്ടിരുന്നു.

ജോമോൻ : നീയിവിടുന്ന് രക്ഷപ്പെടാൻ ഒരിക്കലും പോകുന്നില്ല. നിന്നെ ആരും രക്ഷിക്കാനും പോകുന്നില്ല. നിന്റെ കാലിൽ കടിച്ചിരിക്കുന്ന ഈ കരിമൂർഖൻ വിഷം വെറും 45 മിനുട്ട് കൊണ്ട് നിന്റെ ജീവൻ എടുക്കും. മനുവും സഞ്ജുവും വരുവാൻ ഇനിയും ഒരു മണിക്കൂർ എടുക്കും.

(ജോമോൻ ഒരു ദീർഘശ്വാസം എടുത്തു.)

ഇതു ഞാൻ നിനക്ക് ഒരുക്കിയ മരണ വിരുന്നാണ് . എന്റെ പെങ്ങളുടെ ജീവൻ എടുത്തവനോടുള്ള പ്രതികാരം.

(വിഷമം സഹിക്കാൻ വയ്യാതെ ജോമോൻ നിലത്ത് ആഞ്ഞ് ചവിട്ടുന്നു, എന്നിട്ട് പറയുന്നു)

സ്വന്തം സഹോദരനെ പോലെ കൊണ്ടു നടന്ന നീ എന്നോട് തന്നെയിത് ചെയ്തല്ലോ? എന്റെ പെങ്ങൾ നിന്റെയും പെങ്ങളാണെന്ന് വിശ്വസിച്ച എനിക്ക് നീ തന്ന പ്രതിഫലം.

സാജൻ: (കരഞ്ഞു കൊണ്ട്) എനിക്ക് നിന്നോട് ക്ഷമ ചോദിക്കാനുള്ള

അർഹത ഇല്ലെന്നറിയാം. അത്കൊണ്ട് തന്നെ ഞാൻ ചെയ്ത തെറ്റിന് നീ തന്ന ശിക്ഷ ഒന്നുമല്ല.

ജോമോൻ : സർപ്പക്കാവിൽ ഒരുപാട് സർപ്പങ്ങൾ ഉണ്ടാകും അതിൽ ഒന്ന് കടിച്ചു നീ മരിച്ചു. പക്ഷേ മരിക്കുന്നതിന് മുൻപ് നീ ആ സത്യം എന്നോട് പറയണം. എന്തിന് നീ ജോമോളെ കൊന്നു? നീയും സുരേഷും തമ്മിലുള്ള ബന്ധം?

സാജൻ : സുരേഷിനെ ആകസ്മികമായാണ് ഞാൻ കാണുന്നത്. ജോമോൾ കൊല്ലപ്പെടുന്ന ആ മാസം ഒരു പതിനെട്ടാം തീയതി. ആലുവയിൽ നിന്ന് ഒരു ദിവസം രാത്രിയിൽ റെയിൽവേ സ്റ്റേഷനിലേക്ക് നടക്കുമ്പോൾ ഒരു സ്ത്രീയും സുരേഷും വഴിയിൽ വഴക്ക് കൂടുന്നത് കണ്ടു. ഞാൻ അത് ശ്രദ്ധിക്കാതെ അവരെ മറികടന്നു മുന്നോട്ട് നടന്നു. മുൻപോട്ടു നടന്നു നീങ്ങുന്നതിനിടയിൽ പെട്ടെന്ന് അവരുടെ ശബ്ദം കേൾക്കാതായതിനാൽ ഞാൻ ഒന്ന് തിരിഞ്ഞ് നോക്കി. വഴിയിലെ ആ ഇരുട്ടിനിടയിൽ ഞാൻ കണ്ടു സുരേഷ് ആ സ്ത്രീയുടെ കഴുത്തിൽ മുറുക്കി ശ്വാസം മുട്ടിക്കുന്നത്. നിമിഷങ്ങൾക്കകം ആ സ്ത്രീ അവിടെ പിടഞ്ഞു വീണു. പക്ഷെ ഞാൻ അത് ഗൗനിക്കാതെ മുൻപോട്ടു നടന്നു. നടന്നു നീങ്ങുന്നതിനു ഇടയിൽ കല്ല് വെച്ച് എന്തിലോ ഇടിക്കുന്ന ശബ്ദം കേട്ടാണ് ഞാൻ വീണ്ടും തിരിഞ്ഞ് നോക്കിയത്. അവിടെ കണ്ട കാഴ്ച എന്നെ വളരെ നടുക്കുന്നതായിരുന്നു. സുരേഷ് നിലത്ത് വീണുകിടന്ന ആ സ്ത്രീയുടെ തലയിൽ പകയോട് ഒരു വലിയ കല്ല് വെച്ച് ഇടിക്കുന്നു. പക അടങ്ങാത്ത അയാൾ ആ സ്ത്രീയുടെ ശരീരം അടുത്തുള്ള പോസ്റ്റിൽ ചേർത്ത് വീണ്ടും വീണ്ടും ഇടിച്ചു. പക്ഷേ അതൊന്നും ശ്രദ്ധിക്കാതെ ഞാൻ മുൻപോട്ടു നടന്നു.

അപ്പോഴേക്കും മഴ പെയ്യാൻ തുടങ്ങിയിരുന്നു. നിമിഷങ്ങൾക്കകം അയാൽ ആ ബോഡിയുമായി അവിടെ നിന്ന് മറഞ്ഞു.

ജോമോൻ : നീയും അയാളും പിന്നെ എങ്ങനെ ?

സാജൻ : ആ സംഭവം കണ്ട ഞാൻ ചെറിയ പേടിയുമായി സ്റ്റേഷനിൽ ട്രെയിൻ കാത്തു നിൽക്കുകയായിരുന്നു. ട്രെയിൻ വരാൻ രണ്ടു മണിക്കൂർ താമസം ഉണ്ട്. കണ്ട കാഴ്ച എന്നെ വല്ലാതെ അലട്ടി കൊണ്ടിരുന്നു. ഞാൻ പ്ലാറ്റ്ഫോം ചെയറിൽ കണ്ണടച്ച് കുറെനേരം ഇരുന്നു. കണ്ണ്തുറന്ന് നോക്കിയപ്പോൾ മുൻപിൽ നേരത്തെ കണ്ട മനുഷ്യൻ. അയാൾ മഴയിൽ ആകെ നനഞ്ഞിട്ടുണ്ടായിരുന്നു. അയാൾ ഒരു കൂസലുമില്ലാതെ എന്റെ അരികിൽ വന്ന് ചോദിച്ചു

സുരേഷ് : അനിയൻ എങ്ങോട്ടാ ?

സാജൻ : എറണാകുളം .

സുരേഷ് : ടാക്സി ഉണ്ട്, നമുക്ക് അതിൽ പോകാം.

സാജൻ : ചേട്ടൻ പോയിക്കോ, ഞാൻ ട്രെയിനിൽ വന്നേക്കാം.

ഞാൻ അയാളോടൊപ്പം ഇല്ല എന്നുപറഞ്ഞപ്പോൾ അയാളുടെ മുഖ ഭാവം മാറി. പെട്ടെന്ന് അയാൾ എന്നോട് ചേർന്ന് നിന്നു. പിന്നീട് എ ന്തോ എന്റെ വയറിൽ തട്ടുന്നത് പോലെ എനിക്ക് തോന്നി. അയാൾ ഒ രു പിസ്റ്റൺ എന്റെ വയറ്റിൽ വെച്ചിരിക്കുകയാണ്.

സുരേഷ് : ഒരാളെ കൊന്നാലും രണ്ടു പേരെ കൊന്നാലും ശിക്ഷ ഏ കദേശം ഒന്ന് തന്നെ ആയിരിക്കും. അതുകൊണ്ട് അനിയൻ വേഗം വ ന്നു വണ്ടിയിൽ കയറ്. ബാക്കി കഥ വണ്ടിയിൽ ചെന്നിട്ട് പറയാം.

അയാൾ എന്നെയും കൂട്ടി വണ്ടിയിൽ കയറി.

സുരേഷ് : ടാ, നിനക്ക് എവിടെ ആണ് പോകേണ്ടത് ?

സാജൻ : എറണാകുളം.

സുരേഷ് : മനുഷ്യന്റെ ഓരോ അവസ്ഥകൾ . രണ്ടു വർഷം ഒപ്പം കൂ ട്ടി നടന്നവൾ ആണ് ഇന്ന് പോയത്. (അയാൾ കണ്ണിറുക്കി കൊണ്ട്) ഇ വിടെ വരുമ്പോൾ ഉള്ള ഒരു സെറ്റ് അപ്പ്, മനസ്സിലായോ?

(സാജൻ ഒന്നും മിണ്ടിയില്ല .) അയാൾ തുടർന്നു. ഇപ്പോൾ അവൾ ക്ക് എന്റെ ഒപ്പം ജീവിക്കണമെന്ന്. കുടുംബത്തിൽ കയറ്റാൻ കൊള്ളു മോ ഇവൾമാരെ ഒക്കെ?. ഇവറ്റകളെയൊക്കെ ആവശ്യത്തിന് ഉപയോ ഗിക്കുക. അത് കഴിഞ്ഞാൽ വിട്ടുകളയുക. അതിനും മുകളിൽ പോയാൽ ഇതല്ലാതെ എന്താ അനിയാ ചെയ്യുക.? (ചിരിച്ചുകൊണ്ട്) എന്തായാലും മൂന്നാം ദിവസം പൊങ്ങും.

ആ കാറ് എറണാകുളം ലക്ഷ്യമാക്കി വേഗത്തിൽ നീങ്ങി. കുറച്ചു മുൻപോട്ടു എത്തിയപ്പോൾ ഹൈവേയിൽ ആൾ ഒഴിഞ്ഞുള്ള ഒരു സ്ഥ ലം എത്തിയപ്പോൾ അയാൾ കാർ റോഡിന്റെ സൈഡിൽ ചേർത്ത് നിർ ത്തി. എന്നിട്ട് സാജനെ കാറിന്റെ മിററിലൂടെ നോക്കിയിട്ട് ചോദിച്ചു.

സുരേഷ് : നിനക്ക് ജീവിക്കണോ ? അതോ മരിക്കണോ ? ഇപ്പോൾ നിനക്ക് തീരുമാനിക്കാം.

സാജൻ ഒരു നിമിഷം മിണ്ടാതെ ഇരുന്നു. ഒരു നിമിഷത്തെ മൗന ത്തിനു ശേഷം സാജൻ ശബ്ദം ഉയർത്തി പറഞ്ഞു.

നീ എന്നെ കൊല്ലുമോ ഇല്ലയോ എന്നത് എനിക്ക് ഒരു വിഷയം അ ല്ല. പക്ഷേ എന്തു തന്നെ ആയാലും ഇനിയുള്ള നിന്റെ ജീവിതം എങ്ങ നെയെന്ന് ഞാൻ തീരുമാനിക്കും.

അത് പറഞ്ഞു കൊണ്ടിരിക്കുമ്പോൾ സാജൻ തന്റെ മൊബൈൽ ഉ

യർത്തി അതിലെ ഒരു വീഡിയോ ബട്ടൺ പ്ലേ ചെയ്തു. മൊബൈലിൽ സുരേഷ് സ്ത്രീയെ കൊല്ലുന്ന വീഡിയോ ചലിച്ചുകൊണ്ടിരുന്നു.

അത് കണ്ടതും സുരേഷ് ആകെ ഞെട്ടി. അരയിൽ നിന്ന് തോക്ക് എടുക്കാൻ ശ്രമിച്ചു.

സാജൻ പുറകിലെ സീറ്റിൽ ഇരുന്നു അയാളുടെ കഴുത്തിന് ചുറ്റും പിടിച്ചു. എന്നിട്ട് തന്റെ മൊബൈൽ അയാളുടെ മുഖത്തിന് എതിരായി കൊണ്ട് വന്നു കാണിച്ചു കൊണ്ട് പറഞ്ഞു.

സാജൻ : ഞാൻ ഈ ഷെയർ ബട്ടണിൽ ഒന്ന് ഞെക്കിയാൽ നിന്റെ കയ്യിലെ തോക്കിന്റെ കാഞ്ചി വലിയുന്നതിനും സ്പീഡിൽ ഈ ഫോട്ടോയും വീഡിയോയും സോഷ്യൽ മീഡിയയിൽ തരംഗമാകും.

ഇനി തീരുമാനിക്ക് നിനക്ക് എന്നെയും കൊന്നു ഉണ്ട തിന്നു ജീവിക്കണോ?

ഒരു നിമിഷം സുരേഷ് ആകെ ഞെട്ടിത്തരിച്ചിരുന്നു. എന്നിട്ട് കാറിന്റെ മിററിൽ കൂടി സാജനെ നോക്കി കൊണ്ട് ദീർഘശ്വാസം വലിച്ച് കൊണ്ട് ചോദിച്ചു.

സുരേഷ് : ഞാൻ എന്ത് വേണം.?

അതുകേട്ടതും സാജൻ തന്റെ ചുണ്ടുകൾകൊണ്ട് ഈണത്തിൽ ചൂളമടിച്ചുകൊണ്ട് ചോദിച്ചു

സാജൻ : താൻ ആദ്യം ആ തോക്ക് താ.

സുരേഷ് തോക്ക് സാജന് കൈമാറിയപ്പോൾ അയാൾ സുരേഷിന്റെ കഴുത്തിൽ നിന്ന് പിടിവിട്ടു.

സുരേഷും സാജനും ആ വണ്ടിയിൽ നിന്നിറങ്ങി. രണ്ടുപേരും ഒരു നിമിഷം മിണ്ടാതെ നിന്നു. കുറച്ചു സമയത്തിനു ശേഷം ദീർഘ ശ്വാസം വലിച്ച് കൊണ്ട് ദേഷ്യവും സങ്കടവും ഉള്ളിൽ അടക്കി സുരേഷ് കാറിന്റെ വാതിൽ വലിച്ചു തുറന്നു ഉള്ളിൽ കയറി.

സാജൻ ഒരു സിഗരറ്റ് എടുത്തു കത്തിച്ചു. എന്നിട്ട് സാജൻ പുറത്ത് നിന്ന് കൊണ്ട് കാറിന്റെ ഉള്ളിലേക്ക് തലയിട്ടുകൊണ്ട് നിന്നിട്ട് ചോദിച്ചു.

സാജൻ : ഇനി ഞാൻ നിക്കണോ? കയറണോ?

(ആംഗ്യ ഭാവത്തിൽ) സുരേഷ് ഉള്ളിലേക്ക് കയറാൻ ആംഗ്യം കാണിച്ചു. കാർ മുൻപോട്ടു നീങ്ങി. ആലുവപ്പാലം വണ്ടി കയറിയപ്പോൾ അയാള് കയ്യിലെ തോക്ക് കുത്തി ഒഴുകുന്ന ആ പുഴയിലേക്ക് എറിഞ്ഞു. എന്നിട്ട് ഒരു നിമിഷം സുരേഷിനെ നോക്കിയിട്ട് അയാളുടെ വണ്ടിയിൽ എടുത്ത് വെച്ച ആ സ്ത്രീയുടെ ആഭരണവും പുഴയിലേക്ക് എറിഞ്ഞു. അത് കണ്ടു സുരേഷ് ആയാളെ ദേഷ്യത്തോടെ നോക്കുന്നു.

സാജൻ: തോക്കും കൊണ്ട് നടന്നിട്ട് കാര്യമില്ല. കുറച്ചു ബുദ്ധികൂടി വേണം. നാളെ ഇതൊക്കെ ആയിരിക്കും നിന്നെ പോലീസ് തെരഞ്ഞു വരാൻ ഉള്ള തെളിവുകൾ. വണ്ടി മുന്നോട്ട് നീങ്ങി കൊണ്ടിരുന്നു.

സുരേഷ്: നീ എന്റെ കയ്യിൽ നിന്ന് എന്തോ പ്രതീക്ഷിക്കുന്നുണ്ട്? അല്ലേൽ ഇത്രക്ക് ഔദാര്യം എന്നോട് ചെയ്യേണ്ടുന്ന കാര്യം ഒന്നുമില്ല.

സാജൻ ഒന്ന് ചിരിച്ചു. എന്നിട്ട് ഒരു ദീർഘ നിശ്വാസത്തോടെ കയ്യിലെ ഫോണിൽ തോണ്ടി കൊണ്ടിരുന്നു. അതിനിടയിൽ പറഞ്ഞു.

സാജൻ : ചേട്ടാ, നമുക്കൊരു ഡീലിൽ എത്താം.?

സുരേഷ് നെറ്റി ചുളിച്ചു അയാളെ നോക്കി. അയാൾ ഫോൺ ഉയർത്തി ഒരു ഫോട്ടോ കാണിച്ച് കൊടുത്തു. എനിക്ക് ഇവളെ വേണം. കുറെ നാളായി ഉള്ള ആഗ്രഹം ആണ്. സുരേഷ് ആ ഫോട്ടോ കണ്ടു. സുന്ദരിയായ ഒരു പെൺകുട്ടി.. സുരേഷ് ഫോട്ടോ കണ്ടതും ചിരിക്കാൻ തുടങ്ങി. അയാളുടെ ചിരി പൊട്ടിച്ചിരിയിലേക്ക് മാറി.

സുരേഷ് : കഴപ്പൻ, തേച്ച് പോയതിന്റെ പ്രതികാരം ആണോ ? നീ ഭയങ്കര ബുദ്ധിമാൻ അല്ലെ , എന്നിട്ടും അവളെ കിട്ടിയില്ലേ ?

സാജൻ : മൈര് , നിർത്ത് നിന്റെ കോണോത്തിലെ ചിരി. പിടിക്കാൻ തോന്നിയതിനെ ഒക്കെ ഈ സാജൻ പിടിച്ചിട്ടുണ്ട്. അനുഭവിച്ചിട്ടുമുണ്ട്.

(ചിരി അടക്കി പിടിച്ചു കൊണ്ട് സുരേഷ് .)

സുരേഷ് : പിന്നെ എന്ത് പറ്റി ഈ കേസിൽ?.

സാജൻ : ഇതിൽ ഒരു പ്രശ്നം ഉണ്ട്. ആള് കുറച്ചു വെടിപ്പാണ്. ചെറുപ്പം മുതൽ അറിയുന്ന ആളാണ് . പോരാത്തതിനു അവളുടെ ആങ്ങള എന്റെ ഏറ്റവും അടുത്ത സുഹൃത്തുമാണ്.

സുരേഷ് : എന്താണ് ആ സുന്ദരിയുടെ പേര് ?

സാജൻ : ജോമോൾ.

സുരേഷ് : സാജൻ സാറേ, ഇത് ഒരുതരം മറ്റെ സ്വഭാവം ആണു ട്ടോ?.

സാജൻ : താൻ ഇപ്പൊൾ ചെയ്തത് പിന്നെ വലിയ പുണ്യ പ്രവർത്തി ആണല്ലോ.

രണ്ടുപേരും കൂടി ചിരിക്കുന്നു.

സുരേഷ് : ഡീൽ, പക്ഷേ നിന്റെ ആവശ്യം നേടിക്കഴിഞ്ഞാൽ ഇപ്പോൾ എടുത്ത വീഡിയോ ഡിലീറ്റ് ചെയ്യണം പിന്നെ ..... പിന്നെ.... .(സുരേഷ് ചിരിക്കുന്നു)

സാജൻ : ഉറപ്പായും, നിങ്ങൾക്ക് എന്നെ ആ കാര്യത്തിൽ വിശ്വസിക്കാം. ...പിന്നെ എന്താണ് വേണ്ടത്?

സുരേഷ് : (ചിരിച്ചു കൊണ്ട്) എനിക്ക് നിങ്ങളുടെ പോലത്തെ ബുദ്ധിമാന്മാരുടെ എച്ചിൽ തിന്നാനും മടിയില്ല.

പക്ഷെ സാജന് അയാളുടെ ആ തമാശ വല്ലാതെ ഇഷ്ടപ്പെട്ടില്ല. ആ കാർ നേരെ പോയത് സുരേഷിന്റെ വീട്ടിലേക്ക് ആയിരുന്നു. അന്ന് രാത്രി സാജനും അയാളും വെള്ളമടിയും ആഘോഷവുമായി അവിടെ കൂടി.

സുരേഷിന്റെ ഭാര്യ അയാൾക്ക് വാതിൽ തുറന്നു കൊടുത്തിട്ട് പോയി കിടന്നു. എന്നാല് ഇതിനിടയിൽ ശബ്ദം കേട്ട് അയാളുടെ ആറു വയസുള്ള മകൻ വന്നവിടെ അവരുടെ മടിയിൽ ഇരുന്നു. സാജൻ പോക്കറ്റിൽ നിന്ന് കുറച്ചു മിട്ടായി എടുത്തു ആ കൊച്ചിന് കൊടുത്തു. കുറച്ചു സമയം സംസാരിച്ചതിന് ശേഷം അവർ അവിടെ കിടന്നുറങ്ങി. പിറ്റേന്ന് അതിരാവിലെ സാജൻ അവിടുന്ന് സ്വന്തം വീട്ടിലേക്ക് പോയി.

അദ്ധ്യായം 28

പിറ്റെ ദിവസം മുതൽ സാജനും സുരേഷും തങ്ങൾ പ്ലാൻ ചെയ്തത് പോലെ ജോമോളെ നിരീക്ഷിക്കാൻ തുടങ്ങി. സുരേഷ് ടാക്സി സർവീസ് കൂടുതൽ സമയം ജോമോളിന്റ പരിസര പ്രദേശങ്ങളിലാക്കി. സാഹചര്യം ഒത്തുവന്നാൽ തട്ടി കൊണ്ടുപോകാൻ ആയിരുന്നു ആദ്യം പദ്ധതിയിട്ടിരുന്നത്.

കംഫർട്ട് ടാക്സി സർവീസ് സിറ്റികളിൽ ആണ് കൂടുതൽ ഉള്ളത്. വളരെ ചുരുക്കമായിട്ടാണ് ഉൾപ്രദേശങ്ങളിൽ ഉണ്ടാകൂ. ഇരുപതാം തീയതി വൈകുന്നേരം ആയപ്പോൾ സുരേഷിന് ഒരു ടാക്സി സർവീസ് റിക്വസ്റ്റ് കിട്ടി. അയാൾ റെയിൽവേ സ്റ്റേഷനിലേക്ക് ആ പാസഞ്ചറുമായി മുൻപോട്ടു നീങ്ങി. പോകുന്ന ഇടയിൽ ആ യാത്രക്കാരി അയാളോട് കൊച്ചുവേളി ട്രെയനിന്റെ സമയവും മറ്റും തിരക്കി. സുരേഷ് അറിയുന്ന കാര്യങ്ങൾ അവരോട് പങ്ക് വെച്ചു.

കാറിന്റെ മുന്നിലെ കണ്ണാടിയിൽ കൂടി അയാൾ വണ്ടിയിൽ കയറിയ ആളുടെ മുഖം ശരിക്കും കണ്ടു.

ജോമോൾ !

സുരേഷ് തന്റെ മൊബൈൽ ഉപയോഗിച്ച് ജോമോൾ അറിയാതെ അവരുടെ ഒരു ഫോട്ടോ എടുത്തു സാജന് അയച്ചു.

ഇൻ കൊച്ചുവേളി എക്സ്പ്രസ്സ് , ടു ബാംഗ്ളൂർ.

സുരേഷ് വളരെ മര്യാദ പൂർവമാണ് കാറിൽ ജോമോളോട് സംസാരിച്ചത്. അയാൾ അവള് വണ്ടിയിൽ നിന്ന് ഇറങ്ങാൻ നേരത്ത് അവരുടെ കമ്പനി അപ്ലിക്കേഷനിൽ അയാളുടെ സർവീസിന് ഒരു ഫൈവ് സ്റ്റാർ റേറ്റിംഗ് കൊടുക്കാൻ അപേക്ഷിച്ചു.

സമയം ഏഴ് മണി കഴിഞ്ഞുകാണും. ട്രെയിൻ നീങ്ങാൻ തുടങ്ങി.

ജോമോളുടെ കമ്പാർട്ട്മെന്റിൽ ആൾ കുറവായിരുന്നു.

ആ ട്രെയിനിൽ ആരും അറിയാതെ സാജനും സുരേഷും കയറി.

സാജൻ ആദ്യം ജോമോളുടെ അടുത്ത് ചെന്നു. ഒറ്റയ്ക്ക് ഇരുന്ന ജോമോൾ സാജനെ കണ്ടതും ഹാപ്പി ആയി.

ജോമോൾ : ചേട്ടായി എങ്ങോട്ടാ ?

സാജൻ : ബാംഗ്ലൂർ .ഒരു ഇന്റർവ്യൂ ഉണ്ട്.

ജോമോൾ : അത് സൂപ്പർ ആയി. ഞാൻ ഒരു കമ്പനി ഇല്ലാതെ ഇരിക്കുകയായിരുന്നു.

ജോമോൾ ഫോൺ എടുത്തു ജോമോനെ വിളിക്കാൻ ശ്രമിച്ചു. പക്ഷേ ഓടുന്ന ട്രെയനിൽ റേഞ്ച് സ്ഥിരമായി കിട്ടാത്ത കാരണം അവൾക്ക് അയാളെ ശരിക്കും കേൾക്കാൻ കഴിഞ്ഞില്ല. അതുകൊണ്ടു ഫോൺ കട്ടാക്കിയിട്ട് അവൾ ജോമോന് മെസ്സേജ് അയക്കാൻ തുടങ്ങി. പെട്ടന്ന് സാജൻ ജോമോളോട് പറഞ്ഞു. ..

സാജൻ : ജോമോളെ, പ്ലീസ് അവനോടു പറയല്ലേ ഞാൻ ഒപ്പം ഉണ്ടെന്ന്. അവനോടു പറയാതെ ഇന്റർവ്യൂന് പോയി എന്ന് കേൾക്കുമ്പോൾ അവനു ചിലപ്പോൾ ഫീൽ ആയാലോ.

ജോമോൾ : (ചിരിച്ചു കൊണ്ട്) ബെസ്റ്റ് കൂട്ടുകാരൻ. ഞാൻ എന്തായാലും പറയുന്നില്ല.

പിന്നീട് ജോമോൾ താൻ പോകുകയാണ് എന്ന് മാത്രം പറഞ്ഞു ജോമോന് മെസേജ് അയച്ചു. ട്രെയിൻ മുൻപോട്ടു നീങ്ങി. ഏകദേശം കോട്ടയം എത്താൻ ആയപോൾ സ്ലീപ്പർ ക്ലാസ്സിൽ ആൾക്കാർ കുറഞ്ഞു.

സാജൻ എഴുന്നേറ്റു ജോമോളുടെ അടുത്ത് വന്നിരുന്നു. സാജൻ അത്രക്ക് അടുത്ത് വന്നിരുന്നത് അവൾക്ക് ഇഷ്ടപ്പെട്ടില്ല. എന്നിരുന്നാലും അവള് അത് പുറത്ത് കാണിച്ചില്ല.

ട്രെയിൻ മുൻപോട്ടു പോകുന്നതിനു ഇടയിൽ അയാള് അവളോട് പറഞ്ഞു.

സാജൻ : ജോമോളെ എനിക്ക് നിന്നെ ഭയങ്കര ഇഷ്ടമാണ്. ഇഷ്ടം എന്നല്ല, അതിനും മേലെ. നിന്റെ ചിരി, ചുണ്ട്, ശരീരം... അങ്ങനെ എല്ലാം... (അയാൾ ഇത് പറയുമ്പോൾ ജോമോളെ ഒരു വൃത്തി കേട്ട ഭാവ

ത്തിൽ നോക്കുന്നു)

ജോമോൾ : സാജൻ ചേട്ടാ, നീ ആരോടാണ് ഈ പറയുന്നത് എന്ന വല്ല ബോധം ഉണ്ടോ? എന്റെ ചേട്ടായിയുടെ കൂട്ടുകാരൻ ആയതു കൊണ്ട് ഞാൻ ഒന്നും പറയുന്നില്ല. ഇനി ഇങ്ങനെ എന്നോട് എന്തേലും പറഞ്ഞാൽ ഞാൻ ഇവിടെ കിടന്നു ഒച്ച വെക്കും .

അതും പറഞ്ഞു അവള് അവിടുന്ന് എഴുന്നേറ്റു കമ്പാർട്ടുമെന്റിന് ഇടവഴിയിൽ കൂടി മുൻപോട്ടു നടക്കാൻ തുടങ്ങി.

സാജൻ അവൾക്ക് പുറകെ നടന്നു. ആ സമയത്ത് ആ കമ്പാർട്ടുമെന്റിൽ വേറെ യാത്രക്കാർ ആരും ഇല്ലായിരുന്നു. ആരും ആ ബോഗിയിൽ ഇല്ല എന്ന് മനസ്സിലാക്കിയ ജോമോൾക്കു ഉള്ളിൽ ഭയം വരാൻ തുടങ്ങി. പെട്ടന്ന് മുൻപോട്ടു നടന്ന നീങ്ങിയ ജോമോളുടെ വഴി തടഞ്ഞു സുരേഷ് കുറുകെ നിന്നു.

ജോമോൾ ഒരു നിമിഷം ആകെ പേടിച്ചു.

സുരേഷ് : മോൾ സാജൻ ചേട്ടന്റെ ആഗ്രഹം അങ്ങു നടത്തി കൊടുത്തേര്. ആരും അറിയില്ല. കൊച്ചിന്റെ ചേട്ടന്റെ വലിയ കൂട്ടുകാരൻ ഒക്കെ അല്ലെ.

സാജൻ നടന്നു ജോമോളോട് അടുത്ത് കൊണ്ടിരുന്നു. അടുത്ത് വന്ന അയാള് അവളെ വട്ടം പിടിച്ചു ഉമ്മ വെച്ചു. അവളുടെ മാറിടത്ത് കൈ വെച്ച് അമർത്തി. എന്നിട്ട് അവളെ ബലമായി പിടിച്ചു ട്രെയിനിന്റെ സീറ്റിൽ കിടത്തി. ജോമോൾ തനിക്ക് കഴിയുന്ന ആരോഗ്യം ഉപയോഗിച്ച് അവരെ എതിർത്തു. അവള് വളരെ ഉച്ചത്തിൽ അലറി വിളിച്ചെങ്കിലും ട്രെയനിന്റെ ഭീകര ശബ്ദത്തിൽ അവളുടെ കരച്ചിൽ അലിഞ്ഞു ഇല്ലാതെയായി. അതിനിടയിൽ സുരേഷ് ജോമോളുടെ കാലു വളരെ ബലം ഉപയോഗിച്ച് വിടർത്താൻ ശ്രമിക്കുമ്പോൾ അവളുടെ തുടയെല്ലിന് ക്ഷതം ഏറ്റു..

ട്രെയിൻ വേഗത്തിൽ മുൻപോട്ടു പോയി കൊണ്ടിരിക്കുകയാണ്. കാലു അനക്കാൻ വയ്യാതെ അലറിയ ജോമോളുടെ ശരീരത്തിൽ കയറി സാജൻ അവളെ ചുംബിച്ചു. അയാളുടെ കൈകൾ അവളുടെ അടി വസ്ത്രത്തിന്റെ ഉള്ളിൽ കൂടി കയറ്റി, അവളുടെ തുടകളിലും രഹസ്യ ഭാഗങ്ങളിലും അതി ക്രൂരമായി അവളെ അയാൾ ഉപദ്രവിച്ചു കൊണ്ടിരുന്നു.

സുരേഷ് അവളുടെ അടി വസ്ത്രവും പാന്റ്സും വലിച്ചൂരി. അവളുടെ ശരീരത്തെ ചുംബിച്ചു കൊണ്ടിരുന്ന സാജൻ പെട്ടന്ന് ശ്രദ്ധിച്ചു ജോമോളുടെ പ്രതികരണം നിന്നിരിക്കുന്നു. അയാൾ അവളുടെ ശരീരത്തി

ന് മുകളിൽ നിന്നെണീറ്റ് അവളെ കുലുക്കി വിളിക്കാൻ ശ്രമിച്ചു.

അയാൾ അവളെ കുലുക്കി വിളിക്കുന്നതിനു ഇടയിൽ ജോമോൾ സീറ്റിൽ നിന്ന് താഴെ വീഴുന്നു. എന്നാൽ താഴെ വീണ ജോമോളുടെ ശരീരത്തിലേക്ക് വീണ്ടും കയറാൻ കാമഭ്രാന്ത് മൂത്ത സുരേഷ് ശ്രമിക്കുന്നു. പക്ഷെ സാജൻ അയാളെ അതിൽ നിന്ന് വിലക്കുന്നു. സാജൻ സുരേഷിനെ അവളുടെ ശരീരത്തിൽ നിന്ന് വലിച്ചു എഴുന്നേൽപ്പിക്കുമ്പോൾ സുരേഷ് തന്റെ കൈകൾ സീറ്റിൽ കുത്തി എഴുന്നേൽക്കുന്നതിനു ഇടയിൽ അയാളുടെ ബലം കൊണ്ട് ആ സീറ്റിന്റെ അടിഭാഗം ചെറുതായി കീറുന്നു. അവരുടെ പിടി വലിയിൽ അയാളുടെ കയ്യിൽ ഉണ്ടായ മുറിവിൽ നിന്ന് കുറച്ചു രക്തം അവിടെ തുള്ളിയായി വീഴുന്നു.

സാജൻ സുരേഷിനെ അവിടുന്ന് പിടച്ചു വലിച്ചു മാറ്റി. ജോമോൾ നിലത്ത് കിടക്കുകയാണ്. അയാൽ ഒരു നിമിഷം എന്തോ ആലോചിക്കുന്നു. എന്നിട്ട് വേഗത്തിൽ അവളുടെ പാന്റ്സ് എടുത്തു അവിടത്തെ രക്തക്കറ തുടച്ചു. എന്നിട്ട് സുരേഷിനോട് ബോഡി ട്രെയിനിൽ നിന്നു എടുത്തെറിയാൻ പറയുന്നു.

സുരേഷ് ബോഡി എടുത്തു പോകുമ്പോൾ, സാജൻ എന്തോ ആലോചിച്ചു കൊണ്ട് ജോമോളുടെ ഫോൺ തപ്പിയെടുത്തു. എന്നിട്ട് അവളുടെ സോഷ്യൽ മീഡിയ തുറന്നു അതിൽ ഇങ്ങനെ ഒരു സ്റ്റാറ്റസ് ഇടുന്നു.

Bye ...every one ...Going to my dream destiny with my sweet guardian.

അപ്പോൾ സമയം 8.30 ആയിക്കാണും.

സാജൻ മുൻപിൽ നടന്നു ആ ബോഗിയിൽ ആരും ഇല്ല എന്ന് ഉറപ്പു വരുത്തി. സുരേഷ് അവളുടെ ബോഡി എടുത്തു അയാളുടെ പിന്നാലെ നടന്നു. ട്രെയിൻ അടുത്ത സ്റ്റേഷനിൽ നിർത്താൻ വേണ്ടി സ്ലോ ചെയ്യാൻ തുടങ്ങിയിരുന്നു. ആരും ഇല്ല എന്ന് ഉറപ്പു വരുത്തിയ ശേഷം സുരേഷ് ആ ബോഡി ട്രാക്കിലേക്ക് വലിച്ചു എറിയുന്നു. ഒപ്പം അയാളും ട്രെയിനിൽ നിന്ന് എടുത്തു ചാടുന്നു.

മൽപ്പിടുത്തം ഉണ്ടായ ട്രെയിനിന്റെ ആ കമ്പാർട്ട്മെന്റിൽ ചെന്ന് സാജൻ ഒന്നും കൂടി വൃത്തി ആക്കി. അവിടുത്തെ രക്തക്കറകൾ എല്ലാം അയാൾ പരമാവധി തുടച്ചു വൃത്തി ആക്കി. എന്നിട്ട് ജോമോളുടെ ഫോൺ അയാൾ ഒരു സീറ്റിന് അടിയിലേക്ക് വലിച്ചെറിയുന്നു. ബലപ്പിടുത്തത്തിലും വീഴ്ചയുടെ ആഘാതത്തിലും മൊബൈൽ ഡിസ്പ്ലേ പൊട്ടുന്നു. എന്നാൽ അയാളുടെ ഭാഗ്യക്കേട് കൊണ്ട് ജോമോളുടെ അടിവസ്

ത്രം അയാളുടെ കണ്ണിൽ പെടുന്നില്ല. എല്ലാം ശരിയായി എന്ന് വിശ്വസി ച്ച് കൊണ്ട് അയാൾ ആ ട്രെയിനിൽ നിന്ന് പുറത്തേക്കെടുത്തുചാടി.

ഈ സമയം സുരേഷ് ജോമോളുടെ ശരീരം ട്രാക്കിൽ നിന്ന് എടു ത്തു മുൻപോട്ടു നടന്നു. ചുറ്റും കുറ്റാകൂരിരുട്ട്. കയ്യിലെ അയാളുടെ മൊ ബൈൽ വെളിച്ചത്തിൽ അയാൽ മുൻപോട്ടു നടന്നു. നടക്കുന്നതിന് ഇട യിൽ ജോമോളുടെ മാല അയാളുടെ ശരീരത്തിൽ വന്നു തട്ടി കൊണ്ടി രുന്നു. ഒടിഞ്ഞു തൂങ്ങിയ കൈകളിൽ മൂന്ന് നാല് വളകൾ ഉണ്ട്. സുരേ ഷിന് അത് എടുക്കണം എന്ന് ഉണ്ട്. പക്ഷേ അതിനുള്ള ധൈര്യം അ യാൾക്കില്ലായിരുന്നു.

അയാൾ ചിന്തിച്ചു എന്തായാലും മാലയും വളയും എടുക്കാൻ സാ ജൻ സമ്മതിക്കില്ല. അത് കൊണ്ട് അയാൾ സാജൻ വരുന്നതിനു മുൻപ് ജോമോളുടെ കമ്മൽ വലിച്ചു പറിച്ചു. അയാളുടെ ആ വലിയിൽ ജോ മോളുടെ കാത് കീറി അയാൾ ആ കമ്മലുകൾ കൈക്കലാക്കി.

അയാൾ അവളുടെ കാത് വലിച്ചു കീറുമ്പോൾ പെട്ടെന്ന് ഒരു മുരൾ ച്ച ജോമോളുടെ ബോഡിയിൽനിന്ന് അയാൾ കേട്ടു. വീണ്ടും ശ്രദ്ധിച്ച പ്പോൾ വളരെ പ്രയാസപ്പെട്ടു കൊണ്ടുള്ള ജോമോളുടെ നേർത്ത ശ്വാ സോച്ഛ്വാസം അയാൾക്ക് കേൾക്കാൻ കഴിഞ്ഞു . തന്റെ തോളിൽ കിട ക്കുന്ന ശരീരത്തിൽ അൽപ്പം കൂടി ജീവൻ ഉണ്ട്. അയാൾ അവളെ റെ യിൽവേ ട്രാക്കിന് സമീപത്ത് കിടത്തി. ഈ സമയം സാജൻ എവിടു ന്നോ ഒരു ചാക്കുമായി അവിടെ വന്നു.

സാജൻ വന്നതും സുരേഷ്.

സുരേഷ് : ഒരു മുരൾച്ച കേൾക്കുന്നുണ്ട്. പെണ്ണിന് ഭയങ്കര ആയു സ്സാണ്.

സാജൻ അത് കേട്ടതും നെർവസ് ആകാൻ തുടങ്ങി. അയാളുടെ മു ഖം കൂടുതൽ ക്രൂരമാവൻ തുടങ്ങി. സാജൻ അവളുടെ മുഖം കയ്യിലെ മൊബൈൽ വെളിച്ചം തെളിയിച്ചു കൊണ്ട് സൂക്ഷിച്ചു നോക്കി. മുഖം മുഴുവൻ ചോര ഒലിച്ചിറങ്ങുന്നുണ്ട്. കണ്ണുകൾ കലങ്ങി വീർത്തിട്ടുണ്ട് .മുടികൾ എല്ലാം രക്തത്തിൽ കുളിച്ചിരിക്കുകയാണ് .

അയാൾ അവളുടെ മുകളിലെ വസ്ത്രവും വലിച്ചു കീറി. എന്നിട്ട് അ വളുടെ ശരീരത്തിൽ മുഴുവനായും ഒരു കാമാവേശത്തോടെ കയ്യോടി ച്ചു. അതിനിടയിൽ ജോമോൾ വേദന കൊണ്ട് ചെറുതായി മുരളുന്നത് അവർ ശ്രദ്ധിച്ചു.

അവളുടെ മുരൾച്ചയുടെ ശബ്ദം വീണ്ടും കേട്ടതും സാജൻ കൈ കൾകൊണ്ട് അവളുടെ മുടിക്കുത്തിൽ പിടിച്ചു എന്നിട്ട് അവളുടെ മുഖം

റെയിൽ ട്രാക്കിൽ അമർത്തി ശക്തിയായി വീണ്ടും വീണ്ടും ഇടിച്ചു.

ജോമോൾ ഏകദേശം മരിച്ചു എന്ന് ഉറപ്പായ ശേഷം അയാള് അവളെ ആ ചാക്കിൽ കെട്ടി റെയിൽവേ ട്രാക്കിന്റെ ലെവൽ ക്രോസിനു അടുത്തുള്ള കുളം ലക്ഷ്യമാക്കി നടന്നു. ഈ സമയം പൂർണ്ണ അബോധാവസ്ഥയിൽ ആയ ജോമോൾ അവളുടെ അവസാന ശ്വാസത്തിനു വേണ്ടിയുള്ള വിശപ്പിൽ ആയിരുന്നു.

ട്രാക്കിലൂടെ കുറച്ചു നടന്നു അവർ ആ പാതി മരിച്ച ശരീരം അവിടെ സമീപത്തു കണ്ട പൊട്ട കുളത്തിൽ തള്ളി. രണ്ടുപേരും അവളുടെ വസ്ത്രം ഒരു കവറിൽ ആക്കി അവിടുന്ന് നടന്നു നീങ്ങി. അപ്പോൾ മഴ ചെറുതായി പൊടിയാൻ തുടങ്ങിയിരുന്നു. പയ്യെ പയ്യെ ആ മഴ ശക്തി ആർജ്ജിച്ചു. ആ മഴയും നനഞ്ഞു സാജനും സുരേഷും ആ പാലത്തിലൂടെ മുൻപോട്ടു നടന്നു നീങ്ങി.

അദ്ധ്യായം 29

സാജന് പാമ്പിൻ കടിയേറ്റിട്ടു ഇപ്പോൾ ഒരു അര മണിക്കൂർ കഴിഞ്ഞ് കാണും. സർപ്പക്കാവിൽ ഇരുട്ട് പരക്കാൻ തുടങ്ങിയിരിക്കുന്നു. അവിടുത്തെ ചെറുകാറ്റിൽ കാവിലെ മരങ്ങളുടെ ശിഖിരങ്ങൾ കൂട്ടിയുരുമ്മുന്ന ശബ്ദം ആ വൈകുന്നേരത്തെ കൂടുതൽ ഭയാന്തരീക്ഷമാക്കി.

സാജന്റെ ശരീരം നല്ലവണ്ണം വിയർക്കുന്നുണ്ട്. അയാളുടെ ശരീരം ചെറുതായി കുഴങ്ങുന്നുണ്ട്. ആ അരണ്ട വെളിച്ചത്തിൽ ജോമോന് സാജന്റെ കണ്ണുകളിൽ മിന്നിമറയുന്ന മരണ ഭയത്തെ ശരിക്കും കാണാം.

ജോമോൻ : നിന്റെ കൂട്ടാളിക്കുള്ള വിധി ദൈവം തന്നെ നടപ്പിലാക്കി. ഇനി നിനക്കുള്ള വിധി, അത് ഞാൻ തന്നെയാണ് ചെയ്യേണ്ടത്. തെളിവുകൾ ഇല്ലാതെ, ചെയ്ത പാപം നിന്നെ കൊണ്ട് തന്നെ ഏറ്റുപറയിപ്പിച്ചു ഈ ലോകത്തിൽ നിന്ന് പറഞ്ഞു വിടേണ്ടുന്ന നീതിമാന്റെ ഉത്തരവാദിത്തം ആണെനിക്ക് ദൈവം തന്നിരിക്കുന്നത്.

ജോമോൻ ഇത് പറയുമ്പോൾ അയാളുടെ മുഖത്തു പ്രതികാരവും സങ്കടവും നഷ്ടപ്പെടലിന്റെ നോവും എല്ലാം ഒരു പകയായി പടരുന്നത് കാണാമായിരുന്നു.

സാജൻ ശ്വാസം വലിക്കാൻ ചെറുതായി കഷ്ടപ്പെടുണ്ടായിരുന്നു. അവന്റെ കണ്ണുകളിൽ നിന്ന് കണ്ണുനീർ പൊടിഞ്ഞു കൊണ്ടിരുന്നു. അയാൾ ദീർഘശ്വാസം ഉള്ളിലേക്ക് എടുത്തുകൊണ്ട് പതിഞ്ഞ ശബ്ദത്തിൽ

പറഞ്ഞു.

സാജൻ : സുരേഷ്, അവൻ ഒരു തെളിവായിരുന്നു. പോലീസ് അവനെ പിടിക്കും എന്ന അവസ്ഥ വന്നപ്പോൾ എനിക്ക് അവനെ കൊല്ലാതെ നിവർത്തി ഇല്ലായിരുന്നു.

പോലീസ് അവനെ അറസ്റ്റ് ചെയ്യും എന്ന് നീയും സാറയും സംസാരിക്കുന്നത് അന്ന് ആശുപത്രിയിൽ നിന്ന് കേട്ട ദിവസം ഞാൻ അവന്റെ വീട്ടിൽ എത്തി. ആ ദിവസങ്ങളിൽ അവൻ കാർ നന്നാക്കാൻ വർക്ക്ഷോപ്പിൽ കൊടുത്ത വിവരം എനിക്കറിയാമായിരുന്നു.

സുരേഷിന്റെ അടുത്തെത്തിയ ഞാൻ അവന്റെ അറസ്റ്റ് ഉടൻ ഉണ്ടാകുമെന്ന് അവനെ അറിയിച്ചു. എനിക്കുറപ്പായിരുന്നു അറസ്റ്റ് ഭയന്ന് രക്ഷപ്പെടാൻ ഉള്ള മാർഗ്ഗം അവൻ എന്റെ അടുത്ത് തന്നെ ചോദിക്കുമെന്ന്.

സാജന്റെ ശ്വാസത്തിന് നീളം കൂടാൻ തുടങ്ങിയിരുന്നു . ശബ്ദം പതിയെ താഴാൻ തുടങ്ങിയിരിക്കുന്നു. അയാൾ എന്തോ ഓർത്തു കൊണ്ട് ദുഃഖവും ദേഷ്യവും ഉള്ളിൽ അമർത്തികൊണ്ടു കണ്ണുയർത്തി ഒന്ന് നോക്കി. എന്നിട്ട് നിസ്സംഗമായി ഒന്ന് ചിരിച്ചുകൊണ്ട് തുടർന്നു.

അറസ്റ്റിനെ കുറിച്ച് ഓർത്തു സുരേഷ് ആകെ പരിഭ്രാന്തിയിലായി. സുരേഷിന് രക്ഷപ്പെടാൻ അവന്റെ കാർ വർക്ക്ഷോപ്പിൽ നിന്നു എടുത്തു കൊണ്ട് വരാം എന്ന് ഞാൻ അവനെ ധരിപ്പിച്ചു.

കാറുമായി വരുന്ന വഴി സാജന്റെ മനസ്സു കൂടുതൽ സംഘർഷഭരിതമായികൊണ്ടിരിക്കുന്നു. സുരേഷിനെ പോലീസ് പിടിച്ചാൽ ഇതോടെ എല്ലാം തീരുകയാണ്. തന്റെ നിലനിൽപ്പിന് സുരേഷിന്റെ അറസ്റ്റ് ഉണ്ടാകരുത്, അല്ലെങ്കിൽ സുരേഷ് തന്നെ ഉണ്ടാകരുത്. സാജൻ പിന്നീട് ഒന്നും ആലോചിച്ചില്ല. വരുന്ന വഴി സുരേഷിന്റെ കാറിന്റെ ബ്രേക്ക് ഇല്ലാതാക്കി. എന്നിട്ട് പോലീസിനെ വെട്ടിച്ച് എറണാകുളം കടന്നു കഴിഞ്ഞാൽ ഞാൻ അവനെ സംരക്ഷിക്കാം എന്ന് ഉറപ്പു നൽകി. പക്ഷെ എനിക്കറിയാമായിരുന്നു അവനു ഈ സിറ്റി വിട്ടു പുറത്തു പോകാൻ കഴിയില്ലെന്ന്. കാരണം സിറ്റി മൊത്തം വളഞ്ഞു കഴിഞ്ഞിരുന്നു. പിന്നെ ഞാൻ പ്ലാൻ ചെയ്തത് പോലെ എല്ലാം നടന്നു.

എല്ലാം കേട്ട് കൊണ്ടിരുന്ന ജോമോൻ അയാളുടെ മുൻപിൽ ഒരു നിമിഷം എഴുന്നേറ്റു നിന്നുകൊണ്ട് പുച്ഛത്തിൽ ചോദിച്ചു .

ജോമോൻ : ഇപ്പോളോ?

സാജൻ : എന്റെ പ്ലാൻ തെറ്റാൻ തുടങ്ങിയത് നീ സുരേഷിന്റെ വീട്ടിൽ ചെന്നത് മുതൽ ആണ്. ജോമോളുടെ കമ്മൽ കണ്ടിട്ടും നീ അറിയില്ല എന്ന് പറഞ്ഞത് മുതൽ എനിക്ക് ഭയം തുടങ്ങിയത്. പക്ഷേ അന്നും

നീ എന്നോട് ഒന്നും ചോദിച്ചില്ല.

ജോമോൻ കയ്യിൽ ഇരുന്ന ഒരു സിഗരറ്റ് എടുത്തു കത്തിച്ചു. എന്നിട്ട് സാജന്റെ മുൻപിൽ കുനിഞ്ഞിരുന്നു. സിഗരറ്റിൽ നിന്ന് രണ്ടു പുക അയാളുടെ മുഖത്തേക്ക് തികഞ്ഞ വെറുപ്പോടെ ഊതി കൊണ്ട് അയാളുടെ കണ്ണുകളിൽ രൂക്ഷമായി നോക്കി കൊണ്ട് പറഞ്ഞു.

ജോമോൻ : നമ്മൾ ആ വീട്ടിൽ പോയ ദിവസം അവരുടെ മകൻ നിന്നെ മാമ എന്ന് വിളിച്ചു തുടങ്ങിയ അന്ന് മുതൽ നിന്റെ കൗണ്ട് ഡൗൺ തുടങ്ങിയതാണ്. എനിക്ക് വേണ്ടത് നീയും അയാളും തമ്മിൽ ഉള്ള കണക്ഷൻ പോയിന്റ് മാത്രം ആയിരുന്നു.

ചെയ്ത ക്രൂരതയുടെ ഓർമകളിൽ നിന്ന് ഒളിച്ചോടാൻ നീ ദുബായിയിൽ പോയതിന്റെ പിറ്റെ ദിവസം ഞാൻ വീണ്ടും അവിടെ ചെന്നു. അന്ന് നമ്മൾ അവിടെ ചെല്ലുന്നതിനു മുൻപ് ഒരിക്കൽ നീ അവിടെ ചെന്നതായി സുരേഷിന്റെ ഭാര്യ എന്നോട് പറഞ്ഞു.

ശബ്ദം ഉയർത്തിക്കൊണ്ടു ജോമോൻ പറഞ്ഞു.

സാജൻ, അവിടം തൊട്ടു നിനക്ക് പിഴച്ചു.

നീ അന്ന് എന്നോട് മറച്ചു വെച്ച ആ സത്യം അന്വേഷിച്ചുള്ള യാത്രയുടെ അവസാനം ആണിന്ന്.

സർപ്പക്കാവ് ആകെ ഇരുട്ടാൻ തുടങ്ങി. കാറ്റിന്റെ ശബ്ദം കൂടി കൂടി വന്നു കൊണ്ടിരുന്നു.

ജോമോൻ ഒരു ചെറിയ കമ്പെടുത്ത് കവറിൽ ഉള്ള പാമ്പുകളെ പതുക്കെ പതുക്കെ ഉപദ്രവിക്കാൻ തുടങ്ങി. പാമ്പുകൾ ഉഗ്ര ദേഷ്യത്തോടെ ചീറ്റിക്കൊണ്ട് അയാളുടെ കാലിൽ ശക്തമായി ആഞ്ഞു കൊത്തി കൊണ്ടിരുന്നു.

സാജന്റെ ശരീരത്തിൽ അവന്റെ മരണം ഉറപ്പിക്കുന്നതുവരെയുള്ള വിഷം എത്തുന്നതുവരെ ജോമോൻ പാമ്പുകളെ കൊണ്ട് അയാളെ കടിപ്പിച്ചു കൊണ്ടിരുന്നു.

സാജന്റെ ശരീരം ആകെ തളർന്നു കഴിഞ്ഞിരുന്നു. നേർത്ത ഒരു ശ്വാസവും മുരൾച്ചയും മാത്രമേ ഇപ്പോൾ കേൾക്കാവൂ. ജോമോൻ അവന്റെ ശ്വാസം നില്ക്കുന്നത് വരെ അവനെ നോക്കിക്കൊണ്ടിരുന്നു. തന്റെ പെങ്ങളോട് സാജൻ ചെയ്ത ക്രൂരതകൾ ജോമോന്റെ മനസ്സിൽ നിറഞ്ഞു വിങ്ങിക്കൊണ്ടിരുന്നു. സാജന്റെ മരണം ഉറപ്പാക്കിയ ശേഷം ജോമോൻ ഒരു വടിയെടുത്ത് ആ രണ്ടുപാമ്പിനെയും അപ്പോൾ തന്നെ തല്ലി കൊന്നു.

ദൂരേ അകലെ നിന്ന് മനുവിന്റെയും സഞ്ജുവിന്റെയും ബൈക്കി

ന്റെ ശബ്ദം കേൾക്കുന്നുണ്ട്. ബൈക്കിന്റെ വെളിച്ചം അവിടെ പരന്നു കൊണ്ടിരുന്ന ഇരുട്ടിനെ കീറി മുറിച്ചു കൊണ്ട് അങ്ങോട്ട് അടുത്ത് കൊണ്ടിരുന്നു.

സാജൻ ജോമോന്റെ മടിയിൽ കിടക്കുകയാണ്. അയാൾ തന്റെ അവസാന ശ്വാസവും വലിച്ചു കഴിഞ്ഞു എന്ന് ജോമോൻ ഉറപ്പുവരുത്തി. സാജന്റെ ശരീരത്തിലെ ചൂട് വിട്ടു പോകുന്നത് ജോമോന് ഇപ്പോൾ ശരിക്കും അറിയാം.

ജോമോൻ സാജനെ തന്റെ മടിയിൽ കിടത്തി ഉച്ചത്തിൽ കരയുകയാണ്. അവർക്ക് കുറച്ചു ദൂരം മാറി ആ ചത്ത പാമ്പുകൾ അവിടെ കിടക്കുന്നുണ്ട്.

ജോമോന്റെ കരച്ചിൽ കണ്ട മനുവും സഞ്ജുവും അങ്ങോട്ട് ഓടി വന്നു. അവർ എല്ലാം കൂടി സാജനെ താങ്ങി ബൈക്കിൽ കയറ്റി ആശുപത്രി ലക്ഷ്യമാക്കി കുതിക്കാൻ ശ്രമിക്കുന്നു. എന്നാൽ കല്ലുകൾ നിറഞ്ഞ സർപ്പക്കാവിലെ ആ വഴികൾ അവർക്കു അത്രക്ക് സുഖകരം അല്ലായിരുന്നു.

നേരം ഇരുട്ടിക്കഴിഞ്ഞിരിക്കുന്നു. സാജന്റെ വീട്ടിൽ നിന്നുയരുന്ന കൂട്ടക്കരച്ചിൽ ശബ്ദം കേൾക്കാം. പള്ളിയിലെ കപ്യാർ മരണ കൂട്ടമണി നിർത്താതെ മുഴക്കി കൊണ്ടിരുന്നു.

സാജന്റെ ബോഡി വീട്ടിൽ എത്തിച്ചിട്ട് ജോമോൻ നേരെ അയാളുടെ വീട്ടിൽ എത്തി. അവിടെ നിന്ന് ഒരു തോർത്തും എടുത്തു വീടിനോടു ചേർന്നുള്ള പുഴ ലക്ഷ്യമാക്കി അയാൾ നടന്നു.

പതിവിലും ഇരുട്ടുള്ള ദിവസമായിരുന്നു അന്ന്, പക്ഷെ ആകാശത്തിൽ ആ ഇരുട്ടിന്റെ ഇടയിലും ഒരു കുഞ്ഞു നക്ഷത്രം മിന്നിത്തിളങ്ങിക്കൊണ്ടിരുന്നു. ജോമോൻ വെള്ളത്തിൽ നിന്നുകൊണ്ട് ആ നക്ഷത്രത്തെ സൂക്ഷ്മമായി നോക്കി കുറച്ചുനേരം അങ്ങനെ നിന്നു.

അടുത്ത ദിവസം ചായക്കടയിൽ എല്ലാം സാജന്റെ മരണം ആയിരുന്നു സംസാര വിഷയം.

എന്ത് അസംബന്ധം ആണ് ആ കുട്ടികൾ കാണിച്ചത്. ആരെങ്കിലും സർപ്പക്കാവിൽ പോയി മദ്യം കഴിക്കുമോ?

ദൈവകോപം തന്നെ, അല്ലാതെന്ത് പറയാൻ?

*** ***

www.ingramcontent.com/pod-product-compliance
Lightning Source LLC
LaVergne TN
LVHW060148051026
849517LV00007B/2585
9789393397577